அ. பாலமனோகரன்

இலங்கை, முல்லைத்தீவு மாவட்டத்திலுள்ள தண்ணீரூற்று கிராமத்தில் 1942 இல் பிறந்தார். தனது இருபத்தோராவது வயதில் ஆசிரியரானார். ஆண்டான்குளம், மூதூர், முள்ளியவளை பாடசாலைகளில் ஆங்கில ஆசிரியராகப் பணி செய்தார். 1967இல் மூதூர் முஸ்லிம் வித்தியாலயத்தில் பணியாற்றியபோது, அப்பிரதேசத்தினைச் சேர்ந்த எழுத்தாளர் வ. அ. இராசரத்தினத்துடனான அறிமுகமும் உறவும் வாய்த்தது. 1968 இல் இவரது முதல் கதையான 'மலர்கள் நடப்பதில்லை' சிந்தாமணி வார இதழில் பிரசுரமானது.

1973இல் 'நிலக்கிளி' நாவல் வீரகேசரிப் பிரசுரமாக வெளிவந்து, சிறந்த நாவலுக்கான சாகித்திய மண்டலப் பரிசும் கிடைத்தது. இவரது சிறுகதைகள் வானொலி நாடகமாக இலங்கை வானொலியில் ஒலிபரப்பாகி உள்ளன. 'வீக் எண்ட்' ஆங்கில வாராந்திர ஞாயிறு இதழில் இவருடைய கதைகள் பிரசுரமாகி உள்ளன.

1984இல் புலம்பெயர்ந்து டென்மார்க்கில் குடியேறினார். வாழ்க்கைத்துணை கமலராணி, பிள்ளைகள் உஷா, மகிந்தன். இவரது படைப்பாளுமையின் மற்றொரு தளம் ஓவியம் வரைதலாகும். இயற்கை சார்ந்தே அதிகம் எழுதியவர் என்பதால், இவரது ஓவியங்களினதும் பெருமளவிலான வெளிப்படுத்தல்கள் இயற்கையின் நிலக்காட்சிகளாகவே இருக்கின்றன.

ஆங்கிலம் மற்றும் டெனிஷ் மொழியிலிருந்து பல நூல்களை தமிழுக்கு மொழிபெயர்த்துள்ளார். டெனிஷ் – தமிழ் அகராதியைத் தொகுத்த இவரது பணியானது, தான் குடியேறி வாழ்ந்த நாட்டுக்கும், அதன் மொழிக்கும் தமிழுக்கும் செய்த முக்கிய பங்களிப்பாக உள்ளது. ஆங்கிலத்தில் இவரது நாவல் 'Bleeding Hearts' (2008) வெளியானது. இவரது 40 வருட புலம்பெயர் வாழ்வு டென்மார்க்கில் குடும்பத்தினருடன் தொடர்கிறது...

நிலக்கிளி

அ. பாலமனோகரன்

art of socio publication
சமூகம் இயல் பதிப்பகம்

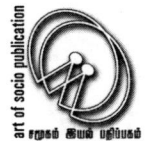

நிலக்கிளி
(நாவல்)
ஆசிரியர்: அ. பாலமனோகரன்
© அ. பாலமனோகரன்

முதல் சீர் பதிப்பு : டிசம்பர் 2023
பக்கங்கள்: 176

வெளியீடு: சமூகம் இயல் பதிப்பகம்
317, பெருந்தெரு வடக்கு, ஈஸ்ட்ஹாம்,
லண்டன், ஐக்கிய ராச்சியம்
அலைபேசி: (0044) 78172 62980
மின்னஞ்சல்: eathuvarai@gmail.com

பிளாட் நெ. 12 ஆதம்பாக்கம், வேல் நகர்
காஞ்சிபுரம், தமிழ்நாடு – 600 088

நூல் வடிவமைப்பு: சந்தோஷ் கொளஞ்சி
அட்டை வடிவமைப்பு: லார்க் பாஸ்கரன்

அச்சகம்: மணி ஆப்செட், சென்னை – 600 077

விலை: இந்தியா ₹ 280

NILAKILI
(Novel)
Author: A.Balamanokaran
© A.Balamanokaran

First Perfect Edition : December 2023
Pages: 176

Published by Art of Socio Publication
317, High Street North, Eastham,
London, UK
Mobile: (0044) 78172 62980
Email: eathuvarai@gmail.com

Flat No 12, Adambakkam, Vel Nager
Kancheepuram, Tamil Nadu – 600 088

Book Layout: Santhosh Kolanji
Cover: Lark Bhaskaran

Printed at: Mani Offset, Chennai – 600 077

Price: PaperPack – India ₹ 280

ISBN: 978-81-962275-9-3

சமர்ப்பணம்

எழுத்தாளன்
தான் பிறந்த மண்ணையும்
அங்கு வாழ் மக்களையும்
எழுதுவதை,
ஒரு கடமையாக
கொள்ள வேண்டுமென
எனக்கு உணர்த்தி
என்னை எழுத்தாளனாக
அறிமுகப்படுத்திய
என் முன்னோடி எழுத்தாளர்

வ.அ. இராசரத்தினம்

அவர்களுக்கு...

பதிப்புரை

முதலாளித்துவத்தின் பெருங்கையெடுப்பும், உலகமயமாக்கலும், கிராமங்களின் இயற்கை வனப்பையும் அதன் உள்ளடக்கத்தினையும், அதன் வாழ் மக்களினதும், உயிரிகளினதும் வாழ்வையும் படிப்படியாக அழித்தொழித்து வரும் நிலை தொடர்கிறது. 1950களில் இலங்கையின் வடபுலத்தே வன்னிக் கிராமத்தினை கதைக்களமாகக் கொண்ட இந்தப் பிரதியை, மீள் பதிப்பிப்பதன் அவசியத்தினை நாம் பல்வேறு அடிப்படைகளில் முக்கியமானதொரு பணியாகவே கருதுகிறோம்.

இலங்கையின் வன்னிப் பிரதேசத்தினை களமாகக் கொண்டு 1973 இல் எழுதப்பட்ட முதல் நாவல் இது. அடர்ந்து கிடக்கும் இருண்ட காடுகள், அவற்றினூடாகச் சலசலத்தோடும் காட்டாறுகள், அவற்றின் கரையோரங்களில் கானமிசைக்கும் காட்டுப்பறவைகள், காடு வெட்டி தோட்டம் செய்யும் மக்கள் என, வன்னியின் கிராமங்கள் உருவான கதையையும் அக்காலத்தின் மிகச் சாதாரண மனிதர்களையும் இந்த நாவலில் நீங்கள் காணலாம்.

இந்தப் பிரதியை கிட்டத்தட்ட 50 ஆண்டுகளின் பின், இதன் உள்ளடக்கம் சார்ந்து வாசிக்கும் போது பல்வகையான வாசக மதிப்பீடும், கேள்விகளும் எழுவது தவிர்க்க முடியாதது என்பதை நாமும் அறிவோம். இரண்டு விடயங்கள் இந்தப் பிரதியில் மாறுபட்ட அபிப்பிராயங்களை ஏற்படுத்தக்கூடியவை.ஒன்று: "கற்பு" என்கிற கருத்தும், இரண்டு : பெண்களின் வாசிப்பினை இட்டு சொல்லக்கூடிய விடயங்களுமாகும். பெண்களுக்கான கல்வியோ, பெண்ணியக் கருத்து நிலையோ வாய்க்காத 1970களின் இலங்கையின் நிலையை நாம் கருத்திற் கொண்டால், இந்தப் பார்வையை விளங்கிக் கொள்வது சிக்கலன்று. கிராமங்களில் வாழ்ந்த பெண்களின் உடல் உழைப்பையும், அவர்களின் நிலையையும் மிகத் தெளிவாக, அவர்களின் நிலை நின்று இந்தப்பிரதி எடுத்தியம்புகிறது என்பதை நாம் காணும் போது மேற் சொன்ன விடயங்களில் 'காலம் பற்றிய' மதிப்பீட்டை அதிகம் முன்னிலைப்படுத்த வேண்டி உள்ளது.

*

ஒவ்வொரு நிலப்பரப்புகளிலும் உள்ள, உருவான கிராமங்களின் தன்மைகளில் சில பொதுவான அம்சங்கள் இருந்தாலும், பல அம்சங்களில் அந்தந்த நிலப்பரப்பின் கலாசாரம், பண்பாடு முக்கியத்துவமானதாகும். மிக நுண்ணியதாக இந்தப் பிரதியை வாசிக்கும் போது, வன்னி மண்ணின் கலாசாரமும் பண்பாடும் நாளாந்த வாழ்வின் பண்புகளும், அதன் தனித்துவமும் துல்லியமாக நம்முன் எடுத்துரைக்கப்பட்டுள்ளதைக் காண முடியும். இவற்றை நாம் தெரிந்து கொள்வதற்கோ, கற்றுக் கொள்வதற்கோ இலக்கியப் பிரதிகள் முக்கிய ஆவணங்களாக உள்ளன. இப்படியான இலக்கியப் பிரதிகள் வழியேதான், கிழக்கிலங்கையின், மலையகத்தின், தென்னிலங்கையின், ஒட்டு மொத்த இலங்கையின் பன்மைத்துவ வாழ் நிலையை துல்லியமாக நாம் கண்டும், தெரிந்தும் கொள்ள முடிவதுடன், மனிதர்கள், சமூகங்கள் பற்றிய நற்புரிதல்களுக்கும் வாசல்கள் திறக்கும்.

பதிப்பிக்க ஒப்புதல் தந்த மூத்த எழுத்தாளர் அ. பாலமனோகரன் அவர்களுக்கும், பதிப்புப் பணியில் பங்காற்றிய ஆழியாள் மற்றும் நண்பர்களுக்கும் நன்றி!.

தோழமையுடன்

எம்.பௌசர்
பதிப்பாளர்

முன்னுரை

நிலக்கிளி காலத்தால் முந்தியது,
முல்லைநிலம் மருவிய கழனி நில
வாழ்க்கையைச் சித்தரிக்கிறது!

- எஸ். பொன்னுத்துரை

பல ஆண்டுகளுக்கு முன்னர், நான் 'நனவிடை தோய்தல்' என்னும் இலக்கியப் படைப்பினை என் மண்பற்றை அறிக்கையிடுவது போலவும் எழுதினேன். உம்பாரமாகப் பெருக்கெடுத்து வந்த அந்த நினைவு வெள்ளத்திலே, என் எழுத்தின் பிடிக்குள் சிக்குப்படாதன பல, சிக்குப்பட்டன சிலவே. சிக்கியவற்றுள் வன்னி பற்றிய ஒரு குறிப்புமுண்டு.

"அப்பையாவின் இரண்டு அக்கைமார் வன்னியான்களுக்கு வாழ்க்கப்பட்டு வாழ்ந்தவை. மூத்தவ வண்டிலாச்சி, அவவின்ர அவருக்கு வண்டில் மாடுகள் இருந்தன. மற்றைய அக்கையின் புருசந்தான் நன்னிமாமா. அவருக்கு மந்திரம் தெரியுமெண்டு எங்கடை சனங்களுக்கு அவரிலை பயம்".

"சமணச் செட்டிக்கு கோயில் கட்டி வழிபடுவது முறையோ?" என்று ஆறுமுக நாவலர் தூள் கிளப்பியிருக்கிறார். என் அப்பையா நாவலர் பிரசாரத்தால் ஞானம் பெறாத பாமரன். வற்றாப்பளை கண்ணகி அம்மன் பொங்கலிலே அவருக்கு மகா ஈடுபாடு. நானும் இரண்டு மூன்று தரம் அந்தப் பொங்கலுக்குப் போயிருக்கிறேன். அது சோக்கான முசுப்பாத்தி. முள்ளியவளையில்தான் வண்டிலாச்சி ஆக்கள் இருந்தவை. வீடு றோட்டோரம். 98ம் கட்டையோ, 99ம் கட்டையோ என்று சொல்லி பஸ்ஸிலிருந்து இறங்கினால் பக்கத்தில் வீடு.

வீட்டிலிருந்து பொங்கல் நடக்கிற இடத்துக்கு வண்டிலாச்சியின் வண்டிலில்தான் போவம். பெண்களையும் பிள்ளைகளயும்தான் வண்டியில ஏத்துவினம். ஆம்பிள்ளைகள் நடப்பினம். வழியிலை வண்டிச்சக்கரம் மணலிலே புதைஞ்சு போகும் எண்டதும் நினைவு".

"தண்ணீரூற்றிலே வாங்கின இறால் என்று சொல்லி, வண்டிலாச்சி ஆக்கின வெந்தயக்குழம்பை நான் இன்னமும் மறக்கேல்லை. ஒருமுறை வேலாண்டி மாமாவும் அப்பையாவும் வேட்டைக்குப் போய் காட்டுக்கோழி சுட்டுக் கொண்டு வந்தவை. அவுஸ்ரேலியாவில் Farm கோழிகள் சாப்பிட்டு நாக்கு மரத்துப் போச்சுது. கோழி இறைச்சியின் Original Taste காட்டுக் கோழிதான் என அடிச்சுச் சொல்லுவன்".

நான் உசுக்குட்டியனாக, ஏழு எட்டு வயசு வடலியனாய் வன்னி சென்ற பொழுது ஏற்பட்ட மனப்பதிவுகளை இவ்வாறு எழுதியிருந்தேன். முள்ளியவளை, வற்றாப்பளை, தண்ணீரூற்று, தண்ணிமுறிப்பு, புதுக்குடியிருப்பு, முல்லைத்தீவு ஆகிய இடப்பெயர்களின் உச்சரிப்பும், வன்னி மண்ணின் பரவசமும், நான் சம்பத்தாசிரியர் கல்லூரியில் ஆங்கிலக் கல்வி கற்கத் தொடங்கியதிலிருந்து, என்னிடமிருந்து பிடுங்கி எறியப்பட்டு விட்டன.

"வற்றாப்பளைக்குப் போய் இவன் அந்த வன்னியான்களுடன் சேர்ந்தால் இங்கிலீசு படிக்கமாட்டான், குழு மாடுதான் பிடிப்பான்" என என் தாத்தாவான வெந்தாடிக்கிழவர் ஆடிய சந்ததத்தில் என் வன்னிப் பயணங்கள் முற்றாகத் துண்டிக்கப்பட்டன.ஆனால் அப்பையாவின் வற்றாப்பளை யாத்திரைகள் தொடர்ந்தன. கரைப்பாதையாக முறிகண்டியிலிருந்து காட்டுக்குள் நுழைந்து , தன் நண்பர்களுடன் வேட்டையாடச் செல்வதை அவர் வழக்கமாக்கிக் கொண்டார். அவர் கதைகளை கேட்கும்பொழுது, நான் உசுக்குட்டியனாகப் பெற்ற அனுபவங்களை Super – Impose செய்து, முள்ளியவளையச் சுற்றியுள்ள வன்னிப் பிரதேசம் Fairy – land என்று மயங்கியதுண்டு. அதே வன்னிச்சூழலுக்குள் தனது நிலக்கிளி, வட்டம்பூ ஆகிய இரு நாவல்களிலும், நனவிடை தோயச்செய்து பாலமனோகரன் என்னை பரவசப்படுத்தியுள்ளார். அவருக்கு நன்றி.

***

நிலக்கிளி காலத்தால் முந்தியது, ஆசிரியரின் கன்னி அறுவடை. முல்லைநிலம் மருவிய கழனி நில வாழ்க்கையைச் சித்தரிக்கிறது. நிலக்கிளி எனும் மகுடம் குறியீடுதான். நாவலிலே பாலியார், பதஞ்சலி என்கிற இரண்டு பெண் பாத்திரங்கள். பெண்ணியம் பற்றிப் பேசுதலே 'வலு முற்போக்கு' என்பதெல்லாம் அறியாத அசல் வன்னிக் கட்டைகள். அவர்களாலே நிலக்கிளிகளாக மட்டுமே வாழ முடியும்.

வன்னி மண்ணின் தனித்துவச் சுவைகளினூடாகப் பயணிப்பதற்கு அந்த வன்னி மண்ணின் பக்தியும், எளிமையும், ஓரளவு ஏகாந்தமும், கிடைப்பதிலேயே திருப்திப்படும் விசால மனசும், இயற்கை இடர்களை எதிர்கொண்டு வெற்றி பெற்று சுதந்திரத்தினை ஆராதனை செய்யும் ஒரு காட்டு மனசும் ... கலந்த வினோதக் கலவைதான் வன்னி!.

வாசிக்கும் தருணத்தில், நாகரீகத்தினால் பழுதுபடாத, போர்களினால், குண்டுவீச்சுகளால் பழுதுபடாத அந்த அசலான வன்னியூடாகப் பயணிக்கும் கலைப் பரவசத்தை நிலக்கிளி நாவல் தருகிறது.

●

நிலக்கிளி, வட்டம்பூ நாவல்களை ஒரே தொகுப்பாக பதிப்பித்து, தனது 'மித்ர' வெளியீட்டகத்தினால், 2008ம் ஆண்டு வெளியிட்ட போது எஸ். பொ. எழுதிய முன்னுரையின் சில பகுதிகள் இவை.

என்னுரை

இந்த நவீனம் ஐம்பது ஆண்டுகளுக்கு முன்னர் என்னால் எழுதப்பட்டது. பல தசாப்தங்களாக இந்த நவீனம் வாசிப்பதற்கு நூல் வடிவில் கிடைக்காமையால், பல வாசகர்கள், நண்பர்கள் அதனை மீள்பதிப்புச் செய்யும்படி என்னைக் கேட்டுக் கொண்டே இருந்தனர். அந்த விருப்பத்தை நிறைவேற்றி வைக்கும் வகையில், நண்பர் பௌசர் அவர்கள் முன் வந்தமைக்கு அவருக்கும் அவரது பதிப்பகக் குழுவினருக்கும் எனது அன்பும் நன்றியும்...

எனது எண்பத்தியோராவது பிறந்த நாளன்று, என்னை வாழ்த்தி, நிலக்கிளி நவீனத்தை வெளியிட எனது விருப்பத்தை அறிய விரும்பினார் அவர். எனது நீண்டநாள் கனவு அவருடைய அன்பினால் இப்போது நிறைவேறி, நிலக்கிளி உங்கள் கைகளில் அழகிய பதிப்பாக இருக்கின்றதில் எனக்கு மகிழ்ச்சியே. இன்றும் இந்த நவீனத்தின் அச்சுப்பிரதியை தேடிக் கொண்டிருக்கும் உலகெல்லாம் பரந்து வாழும் வாசகர்களுக்கும் இந்தப் பணி உவகை தரும்.

1974ம் ஆண்டில் இலங்கை அரசின் சாகித்ய மண்டலப் பரிசை பெற்ற இந்த நவீனம், வன்னி மாவட்டத்தின் ஆத்மாவைப் பிரதிபலிக்கின்றது எனவும், ஈழத்து இலக்கியத்தின் முதலாவது மண்வாசனை நாவல் எனவும், பல இலக்கிய ஆளுமைகளின் அங்கீகாரத்தைப் பெற்றதுடன் நிலக்கிளி ஈழத்து இலக்கிய உலகில் அதிகம் பேசப்பட்டதும், ஐம்பது ஆண்டுகள் கடந்தும் என் நினைவில் அழியாதிருக்கிறது. ஒரு படைப்பாளன் என்கிற வகையில் இவைகள் எனக்குப் பேறுதான்.

அண்ணாமலை பாலமனோகரன்
balamanoharan80@gmail.com
Denmark
செப்டம்பர் 2023

1

கார்த்திகை மாதத்தின் கடைசி நாட்கள்! அடிக்கடி பெய்த பெருமழையில் குளித்த தண்ணிமுறிப்புக் காடுகள் பளிச்சென்றிருந்தன. ஈரலிப்பைச் சுமந்து வந்த காலையிளங் காற்றில் முரலிப் பழங்களின் இனிய மணம் தவழ்ந்து வந்தது.

பதஞ்சலிக்கு முரலிப் பழத்தின் மணம் மிகவும் பிடிக்கும். 'ஐயோ நிப்பாட்டுங்கோவன்! உங்கை உந்த முரலியிலை பழம் இலுத்துப் போய்க் கிடக்குது!' வண்டிக்குள் எழுந்து நின்றுகொண்டு அவள் குதித்தாள். வண்டிலின் பிற்பக்கத்தில் உட்கார்ந்திருந்த உமாபதி, 'அவசரப்படாதை அம்மா! இன்னும் சரியான முரலிக் காட்டுக்கு நாங்கள் வரேல்லை! ஒரு காக்கட்டை கழிஞ்சதும் பிறகு பாரன் முரலிப் பழத்தை!' என்று அவர் சொன்னபோது, பதஞ்சலி அதைக் கேட்டாற்தானே.

'அங்கை! அங்கை பாரணையப்பு மான் கிளையை!' அவள் சுட்டிக் காட்டிய திசையில் ஒரு கூட்டம் மான்கள் தாவிப் பாய்ந்தன. பதஞ்சலிக்கு ஒரே குதூகலம்! வண்டிலின் கிறாதியைப் பிடித்துக் கொண்டு துள்ளிக் குதித்தாள்.

உறுதியான அந்த வண்டிலை இழுத்துச் சென்ற எருதுகள் தலையை நிமிர்த்தியவாறே நடை போட்டுக் கொண்டிருந்தன.

பலம் வாய்ந்த அந்த எருதுகளை இலாவகமாக நடத்திக் கொண்டிருந்தான் கதிராமன். பதஞ்சலியின் குதிப்பும் கும்மாளமும் அவனுடைய முகத்தில் அடிக்கடி முறுவலை வரவழைத்தன. விழிகள் மட்டும் பாதையின் இருமருங்கும் அடர்ந்திருந்த இருண்ட காட்டைக் கவனித்துக் கொண்டன. இளமைத் துடிப்பு மிக்க அந்த விழிகளிடமிருந்து எதுவும் தப்ப முடியாது.

பாதை வளைவில் வண்டி திரும்பியபோது பதஞ்சலி ஆச்சரியத்தினால் திகைத்துப் போனாள்! நெருக்கமாக வளர்ந்திருந்த முரலி மரங்கள் மழை நீரினாலும், கணக்கின்றிக்

காணப்பட்ட பழங்களினாலும் சுமைதாங்க முடியாமல் வளைந்து நின்றன. குரங்குகள் வெருண்டு கிளைகளில் பாய்ந்தபோது பொலபொலவென்று முரலிப் பழங்கள் விழுந்து சிதறின!

வவுனியா மாவட்டக் காடுகளில் ஏராளமாகக் காணப்படும் முரலி மரங்கள் ஐந்து வருடங்களுக்கு ஒரு முறைதான் காய்த்துப் பழுக்கும்! முரலி பழுத்தால் காடே மணக்கும்! தின்னத் தின்ன தெவிட்டாத பழம்! ஒரு முறை சுவைத்தால் போதும்! பின் நினைக்குந்தோறும் இனிக்கும்!

எருதுகளை அவிழ்த்துக் கட்டிய கதிராமன், கோடரியைத் தோளில் வைத்தவாறே அண்மையில் நின்ற முரலி மரங்களடியில் சென்று நிமிர்ந்து மேலே நோக்கினான். மேலே பார்த்தவன் ஒரு குறிப்பிட்ட மரத்தை நோக்கிச் சென்று அதன் கீழே கிடந்த பழமொன்றை எடுத்துக் கடித்தான். தரம் பிடித்திருக்கவே அந்தப் பழத்துக்கு உரிய முரலி மரத்தைத் தறிக்கத் தொடங்கினான்.

நெருநெருத்துக் கொண்டு மெல்லச் சாய்ந்த மரம் மளார் என்ற ஒலியுடன் நிலத்தில் வீழ்ந்தது. பொன்னிறப் பழங்கள் நாலாபுறமும் சிதறின. பதஞ்சலி ஓடிவந்து ஆசையுடன் பழங்களைப் பிடுங்கிச் சுவைத்தாள். புத்தம் புதிய, தேன் நிறைந்த பழங்கள்!

உமாபதியர் பழங்களைப் பறித்துச் சாக்குகளில் நிறைக்கத் தொடங்கினார். கதிராமன் கோடரியைத் தோளில் வைத்தபடியே, 'நீங்கள் இரண்டுபேரும் பழத்தைப் புடுங்குங்கோ, நான் போய் வேறு நல்ல பழம் கிடக்கோ எண்டு பாக்கிறன்' என்று சொன்னபோது, 'அப்பு! அப்பு! நானும் போகப்போறன்!" என்று கெஞ்சினாள் பதஞ்சலி. அவள் தனது அழகிய முகத்தைச் சரித்து இவ்வாறு கெஞ்சும்போது உமாபதியரால் எவ்வாறு மறுக்க முடியும்? 'சரி பிள்ளை, போ' என்று விடையளித்தார்.

பதஞ்சலிக்குத் தண்ணிமுறிப்புக் கிராமத்தில் எல்லாமே மிகவும் பிடித்திருந்தன. அடர்ந்து கிடக்கும் இருண்ட காடுகள், அவற்றினூடாகச் சலசலத்தோடும் காட்டாறுகள், அவற்றின் கரையோரங்களில் கானமிசைக்கும் காட்டுப்

பறவைகள் — இவை அனைத்திலுமே அவளுக்குக் கொள்ளை ஆசை! பருவத்தின் தலைவாசலில் அடியெடுத்து வைக்கத் தயாராய் நிற்கும் பதஞ்சலி, நடந்து திரிவது கிடையாது! சதா மான்குட்டியின் துள்ளலும் துடிப்புந்தான்!

தண்ணிமுறிப்புக் காடுகளில் காணப்படும் மரைகள் நீலங்கலந்த கருநிறம் படைத்தவை. அழகிய கொம்புகளைத் தலையில் ஏந்தி, அவை கம்பீரமாக நடக்கையில் காண்பவர் நெஞ்சு ஒருதடவை நின்றுதான் பின் அடித்துக் கொள்ளும். அவ்வளவு கம்பீரம்! கதிராமனுடைய நடையிலும் அதே கம்பீரம் காணப்பட்டது. சிறுவயது முதல் பாலும் தேனும், காட்டு இறைச்சிகளும் ஊட்டி வளர்க்கப்பட்ட உடல், கடுமையான உழைப்பினால் உறுதிகொண்ட தசைகள், தகப்பன் வழிவந்த உயர்ந்த, நெடிய தோற்றம், கரிய மேனி, சுருண்ட கேசம் — இவையத்தனையும் ஒன்றாகத் திரண்டு கதிராமன் என்ற உருவில் நடமாடின!

காடு அவனுக்கே சொந்தம். அவன் காட்டுக்கே சொந்தம். காட்டோடு அவன் கொண்ட உறவு அவனுடைய தோற்றத்தில் நன்கு தெரிந்தது.

கதிராமன் முரலிப் பழத்தைத் தேடிக் காட்டினூடாகச் சென்று கொண்டிருந்தான். பதஞ்சலி தரித்து நின்று, நிலத்தில் கிடந்த பழங்களைப் பொறுக்குவதும், பின் ஓடி நடப்பதுமாக அவனைப் பின்தொடர்ந்து கொண்டிருந்தாள். முரலி மரங்கள் அடர்த்தியாக வளர்ந்து, முகடுபோல் கிளைகள் பின்னிக் கிடந்ததினால் காடு இருளடைந்து ஒரே அமைதியாகவிருந்தது. அந்த அமைதியைக் குலைத்துக் கொண்டு திடீரென்று கிளம்பியது ஒரு பயங்கர உறுமல்!

பதஞ்சலி பயத்தினால் நடுங்கிப் போனாள். கதிராமன் சட்டெனப் பதஞ்சலியைப் பிடித்திழுத்துத் தனக்குப் பின்னால் மறைத்தபடி சத்தம் வந்த திசையை நோக்கிக் காட்டை உன்னிப்பாகக் கவனித்தான். அந்தப் பயங்கர உறுமலைத் தொடர்ந்து ஓர் அசாதாரண அமைதி நிலவியது. காட்டுப் பறவைகளும், குரங்குகளும் திகில் கொண்டு அடங்கிப் போய்விட்டன!

மீண்டும் அவர்களுக்கு மிக அண்மையிலே ஒற்றை உறுமல் ஒலி கேட்டது. காடே கலங்கும் வண்ணம் பயங்கரமான குரலில் கர்ச்சித்தபடி, சிறு மரங்களை உலுப்பி அட்டகாசம் செய்தவாறு வெளிவந்தது ஒரு பெரிய கரடி !

பாதையருகே பழம் பிடுங்கிக் கொண்டிருந்த உமாபதியர் காட்டில் எழுந்த ஒலிகளைக் கேட்டதுமே பதஞ்சலியை நினைத்துப் பதைத்துப் போனார். அவருக்குக் கையும் ஓடவில்லை, காலும் ஓடவில்லை. 'ஆதி ஐயனே!' என வாய்விட்டு வேண்டியவாறே ஒடுங்கிப்போய் நின்றுவிட்டார்.

பதஞ்சலிக்கு நாவெல்லாம் வறண்டு உடல் நடுங்கியது. கதிராமனுடைய சாறத்தை இறுகப் பற்றியவாறே அவனுக்குப் பின்னால் நின்றுகொண்டிருந்தாள். கதிராமனோ சற்றும் பயமின்றிக் கோடரியுடன் ஆயத்தமாக நின்றான். அவனுடைய முகத்தில் கலக்கத்தின் அறிகுறியே இல்லை. ஆபத்தை எதிர்நோக்கும் ஒரு காட்டு விலங்கு எவ்வாறு தன்னை ஆயத்தப்படுத்திக் கொள்கின்றதோ அவ்வாறே அவனுடைய உடலிலும் ஒவ்வொரு தசையும் முறுக்கேறிச் செயலுக்குக் காத்து நின்றன.

2

மண்ணை வாரி எறிந்து ஆர்ப்பாட்டம் செய்து கொண்டுவந்த கரடி, பின்னங்கால்கள் இரண்டிலும் எழுந்து காடே அதிரும்படி அதட்டியது.

இந்தச் சந்தர்ப்பத்திற்குக் காத்திருந்த கதிராமன், கண் இமைக்கும் பொழுதுக்குள் தன் பலம் அத்தனையையும் ஒன்று கூட்டிக் கரடியின் 'நெற்றிப் பொட்டு' வெள்ளையில் கோடரியால் ஓங்கியடித்தான். அணுவளவும் இலக்குத் தப்பாது விழுந்து அசுர அடியைத் தாங்கமுடியாமல் கரடி நிலத்தில் சரிந்தது. அந்த வேளையிலும் அது முன்னங்கால்களை நீட்டி இறாஞ்சியபோது, கூரிய நகங்கள் கதிராமனுடைய வலது தோள் பக்கம் ஆழமாகப் பிய்த்து விட்டன. அதைச் சற்றும் சட்டை செய்யாமல் கதிராமன், சாய்ந்துபோன கரடியின் தலையில் மீண்டும் அடித்தான். அவனுடைய மூன்றாவது அடியை வாங்குவதற்குக் கரடி உயிரோடு இருக்கவில்லை. குப்புற வீழ்ந்துவிட்ட அதன் வாயினூடகக் குருதி கொப்பளித்தது.

காட்டை ஒருதடவை சுற்றி அவதானித்த கதிராமன் பதஞ்சலியின் பக்கம் திரும்பினான். பயத்தினால் விக்கித்துப் போய் விழிகள் பிதுங்க அவள் நின்றுகொண்டிருந்தாள். 'என்ன பதஞ்சலி? பயந்து போனியே!' என்றவாறு அருகில் சென்று அவன் கேட்டதும், பதஞ்சலி அப்படியே அவனுடைய மார்பில் சாய்ந்துகொண்டு தேம்பித் தேம்பி அழ ஆரம்பித்துவிட்டாள்.

நடுங்கும் அவளுடைய உடலைத் தன்னுடன் சேர்த்து அணைத்தவாறு, 'இதுக்கெல்லாம் அழுறதே!' என்று அவளுடைய முதுகை வருடிக்கொண்டு தேற்றினான் கதிராமன். அவனுடைய கைகளின் அணைப்பிலே, ஆதரவு நிறைந்த பாதுகாப்பிலே, சொல்லமுடியாத ஒரு நிம்மதியையும், சுகத்தையும் கண்டாள் பதஞ்சலி. அவளுடைய அழுகை அடங்கிச் சற்று நேரத்தின் பின்தான் கதிராமனுடைய தோளில் ஏற்பட்டிருந்த காயம் அவளுடைய கண்களில் பட்டது.

பதறிப்போய் அவனுடைய பிடியிலிருந்து தன்னை விடுவித்துக் கொண்டு, 'ஐயோ! நல்லாய் விறாண்டிப் போட்டுது! கொஞ்சம் பொறுங்கோ! சீலையாலை கட்டிவிடுறன்!" என்றவாறு குனிந்து தன் பாவாடையின் கரையைச் சரேலெனக் கிழித்தாள்.

சற்றுமுன் பயத்தால் துவண்டு குழந்தையைப் போல வெம்பிய அவளை, மறுபடியும் பழைய பதஞ்சலியாகப் பார்க்கையில் கதிராமனுக்கு மிகவும் வியப்பாக இருந்தது. அங்கு நின்ற முடிதும்பைச் செடியைப் பிடுங்கிக் கசக்கி கதிராமனுடைய காயத்தின் மீது வைத்து, பாவாடையிலிருந்து கிழித்த துண்டால் பதஞ்சலி மளமளவெனக் கட்டினாள். பம்பரம் போல் சுழன்று காரியம் செய்வதில் அவளுக்கு இணை அவளேதான்!

பதஞ்சலி எட்டு வயதுச் சிறுமியாக உமாபதியருடன் தண்ணிமுறிப்புக்குக் குடிவந்த காலந்தொட்டு அவள் அடிக்கடி கதிராமனுடைய வீட்டுக்கு வந்து போவாள். அவன் என்றுமே அவளைக் கூர்ந்து கவனிக்கச் சந்தர்ப்பம் கிட்டவில்லை. இன்று இருண்ட காட்டின் நடுவே, ஒரு பயங்கர ஆபத்தின் விளிம்பில், அவள் தன்னுடைய மார்பில் முகம் பதித்து வெம்பியபோதுதான் கதிராமனால் பதஞ்சலியைப் பதஞ்சலியாகக் காணமுடிந்தது. தண்மை நிறைந்த அவளுடைய சிவந்த கைகளினால் அந்த முரட்டுக் கைகளைத் தூக்கிப் பிடித்துக் காயத்துக்குக் கட்டுப்போடுகையில் அவள் அவனுக்கு மிகவும் அண்மையில் இருந்தாள். எருக்கும்பியில் முளைக்கும் தளதளவென்ற செங்கீரையின் குளிர்மை நிறைந்த அவளுடைய ஸ்பரிசம் அவனுக்குப் புதியதோர் அனுபவம்!

பரபரவென்று கட்டைப் போட்டுவிட்டு நிமிர்ந்தவள் தன்னையே ஊன்றி நோக்கும் தீட்சண்யம் நிறைந்த அவனுடைய விழிகளைச் சந்தித்தாள். அவன் முகத்தில் சதா தவழும் இளமுறுவல்! 'உங்களுக்கு கொஞ்சமெண்டாலும் பயமில்லையே?' என்று வியப்புடன் கேட்ட பதஞ்சலியைப் பார்த்து அவன் கடகடவென நகைத்தபோது, அவனுடைய கரிய முகத்தில் உறுதியான வெண்பற்கள் பளிச்சிட்டன.

'வாருங்கோ அப்புவிட்டைப் போவம், அது பாவம் என்னமாதிரிப் பயந்து போச்சுதோ!' என்று கூறிவிட்டு, பாதையை நோக்கி ஓடிய பதஞ்சலியைத் தொடர்ந்தான் கதிராமன். எதற்குமே பரபரப்படையாத அவன், நிதானமாக மீண்டும் காட்டைக் கூர்ந்து நோக்கியவாறே நடந்து கொண்டிருந்தான்.

பதஞ்சலியைக் கண்ட உமாபதி, பாய்ந்து வந்த அவளைக் கட்டிக் கொண்டார்.

3

முல்லைத்தீவுக்குத் தென்புறமாகக் கிடக்கும் அடர்ந்த காடுகளின் நடுவே அமைந்திருந்த தண்ணிமுறிப்புக் குளம் மிகவும் பழமையானது. சுமார் 1500 ஆண்டுகளுக்கு முன் அக்ரபோதி என்ற மன்னனால் வெட்டிக் கட்டப்பட்டிருந்த இக் குளத்தின் கீழ் ஒரு காலத்தில் பல நூறு ஏக்கர் நிலங்கள் வயல்களாகச் செழித்திருந்தன. பெரியதொரு கிராமமே இக் குளத்தை அண்டி இருந்தது. காட்டுக் காய்ச்சல் காரணமாகவும், அந்நியர் காலத்தில் குளங்கள் புறக்கணிக்கப்பட்டதனாலும் அந்தக் கிராமம் அழிந்தொழிந்து போயிற்று. முன்பு செந்நெல் கொழித்த வயல்களில் மீண்டும் பாலையும், வீரையும் வேறு பல்வகை மரங்களும் செடிகளும் மண்டி வளர்ந்தன. காடு மூடிக்கொண்டது. நாளடைவில், சிதைந்துபோன குளக்கட்டை பெரியதொரு காட்டாறு முறித்துச் சென்றதனால் தண்ணிமுறிப்பு என்று பெயர்பெற்றுத் தற்போது அழைக்கப் படுகின்றது.

கதிராமனுடைய தந்தையான கோணாமலையரே முதன் முதலில் தண்ணிமுறிப்புக்கு வந்து குடியேறியவர். அச் சமயத்திற்றான் குளத்தைப் புனருத்தாரணம் செய்யும் வேலைகள் ஆரம்பித்திருந்தன. கோணாமலையர் ஒரு முன்கோபி! பிடிவாதக்காரர்! அவருடைய சகோதரர்கள் அவருக்குச் சேரவேண்டிய சொத்தை அபகரித்துக் கொண்டனர் என்ற ஆத்திரத்திலே வண்டியைக் கட்டிக்கொண்டு கைக்குழந்தையாய் இருந்த கதிராமனையும் மனைவி பாலியையும் அழைத்துக் கொண்டு தண்ணிமுறிப்புக்குப் புறப்பட்டு வந்தவர் அவர்.

சிறந்த உழைப்பாளியான அவருக்குக் காடுவெட்டிக் கழனியாக்கவும், மாடுகட்டிப் பலன் பெறவும் வெகுகாலம் எடுக்கவில்லை. அவருடைய மனைவி தண்ணீரூற்றில் பிறந்தவள். கோணாமலையருடைய ஆக்ரோசமான முன்கோபத்திற்கு

ஈடுகொடுத்து நடக்கும் அவளுடைய ராசியினாற்றான் மலையருக்கு மனைவிமக்கள், மாடுகன்று முதலிய செல்வங்கள் பெருகினதென்பர்.

குளக்கட்டையடுத்த ஒரு மேட்டுநிலத்தில் மலையரின் வீடு அமைந்திருந்தது. மாலும் மாட்டுக் கொட்டகையும், நெல்போடும் கொம்பறையுமாக விளங்கியது அவருடைய மனை. வீட்டைச் சுற்றிச் செழிப்பான தோட்டம், அவருக்கு வேண்டிய புகையிலை முதல் காய்கறி வரையில் அங்கு தங்கமாக விளையும். தோட்டத்தை ஒட்டியிருந்த இருவேறு அடைப்புக்களுள் பசுக்கன்றுகளும், எருமைக் கன்றுகளும் துள்ளி விளையாடும்.

பொழுது புலருமுன் மலையர் வீட்டில் மத்தின் ஓசை கேட்கும். பாலியார் கைவிளக்கை ஏற்றி வைத்துக் கொண்டு ‘ஆடை நசிக்கும்’ அந்த வேளையில் கோணாமலையர் எழுந்து சுருட்டைப் பற்ற வைத்துக் கொண்டு கதிராமனுடனும், அவனுக்கு அடுத்தவனான மணியத்துடனும் அன்றாட வேலைகளில் இறங்கி விடுவார். கடைக்குட்டி ராசு காலம் பிந்திப் பிறந்தவன். அவனுக்கு இப்போ வயது ஏழு. இருப்பினும் தகப்பனுக்கும், தமையன்மாருக்கும் உதவியாக இருப்பான்.

வளவுக்கு எதிரே பாதையின் மறுபக்கத்தில் இருந்த வயலில் களை பிடுங்கிக் கொண்டிருந்த கதிராமனுடைய தம்பி ராசு, வண்டில் வருவதைக் கண்டதும் வரம்பில் ஏறித் துள்ளிக் குதித்துக் கொண்டு வண்டிலை நோக்கி ஓடினான். வழக்கமாகக் கும்மாளமடித்துக் கொண்டு ராசுவை வம்புக்கு இழுக்கும் பதஞ்சலி அமைதியாகக் காணப்பட்டது அவனுக்குப் புதினமாக இருந்தது. வண்டிலை நெருங்கியதும் கதிராமனுடைய தோளில் போடப்பட்டிருந்த கட்டைக் கண்டான்.

‘மூத்தண்ணையின்ரை கையிலை காயம், கறடி விறாண்டிப் போட்டுதாம்!’ என உரக்கக் கத்திய ராசுவின் குரல் கேட்டு, பாலியார் படலையைத் திறந்து கொண்டு வண்டிலடிக்கு வந்தாள். பின்னால் கோணாமலையரும் நின்றுகொண்டிருந்தார். நிலையை அறிந்ததும் இருவரும் ஆறுதல் அடைந்தனர்.

‘ஏதோ குருந்தூர் ஐயன்ரை துணையிலை இண்டைக்குத் தப்பீட்டியள்!’ என்று மகிழ்ந்து கொண்ட பாலியார், மறுபடியும் பதஞ்சலியையும், வளர்ச்சி அடைந்திருந்த அவளுடைய உடலையும் கவனித்தாள். என்றுமே அவளுக்குப் பதஞ்சலியின்மேல் கொள்ளை ஆசை! தனக்கொரு பெண் இல்லையே என்ற குறையைப் பதஞ்சலி தண்ணிமுறிப்புக்கு வந்தபின்தான் அவள் மறந்திருந்தாள்.

‘உமாபதி! இனிமேல் இவளைக் கண்டபடி காடுவழிய திரியவிடாதை! பக்குவப்படுகிற வயசிலை அங்கை இஞ்சையெண்டு போகவிடாதை!’ என்றாள். பாலியார் கூறியதைக் கேட்டதும் பதஞ்சலிக்கு முகம் ஓடிச் சிவந்துவிட்டது. ‘அப்பு நான் வளவுக்குப் போறன், நீ வாணை!’ என்று கூறிவிட்டுப் பதஞ்சலி அங்கிருந்து தன் குடிசையை நோக்கி ஓடினாள். உமாபதியர் முரலிப் பழச் சாக்கைத் தலையில் ஏற்றிக் கொண்டே கோணாமலையரிடமும், பாலியாரிடமும் விடைபெற்றுக் கொண்டார். அவருடைய தலையை முரலிப்பழச் சுமை அழுத்தியது. அதனைவிடப் பாலியார் குறிப்பிட்ட விசயம் தனக்கிருக்கும் பெருஞ்சுமையை அவருக்கு உணர்த்தியது.

இவ்வளவு காலமும் பதஞ்சலிக்குத் தாயும் தந்தையுமாக இருந்து வளர்த்துவிட்டார். ஐந்து வருடங்களுக்கு முன் எட்டே வயதான பதஞ்சலியுடன் தண்ணிமுறிப்புக்குக் குடிவந்தார். இப்போ அவளுக்குப் பதின்மூன்று வயது. பதினைந்துக்குரிய மதமதவென்ற வளர்ச்சி! அவளை உரிய பருவம்வரை வளர்த்து, ஒருவனுடைய கையில் பிடித்துக் கொடுக்கும்வரை தனக்குள்ள பொறுப்பை நினைத்து நீண்ட பெருமூச்சொன்றை விட்டுக்கொண்டே தலையில் சுமையுடன் நடந்தார் உமாபதியர். வயதேறிய காரணத்தினால் உடல் சற்றுத் தளர்ந்திருந்தாலும் அவருடைய நடையில் உறுதியும் வேகமும் இருந்தன. ‘அப்பு! அப்பு!’ என்று தன்னை வாஞ்சையுடன் சுற்றிவரும் தன் பேத்தி பதஞ்சலியை நினைக்கையில், கூடவே அவளுடைய தாயின் ஞாபகமும் ஓடிவந்தது. மகள் முத்தம்மாவையும், அவளுடைய அவச் சாவையும் எண்ணிய அவருடைய விழிகள் கவலையினால் கலங்கின.

4

முரலி மரங்களில் பழங்கள் முடிந்துவிட்டன. வயல்கள் விளைந்து அறுவடைக்குத் தயாராகக் கிடந்தன. உமாபதியாரின் சின்னக் குடிசை, கோணாமலையரின் வீட்டுக்கு வடக்கே, குமுளமுனைக்குச் செல்லும் பாதையோரமாக அமைந்திருந்தது. அவர் தனது பேத்தி பதஞ்சலியைக் கையில் பிடித்துக்கொண்டு கால்நடையாகத் தண்ணிமுறிப்புக்கு வந்தபோது, மலையரின் உதவியோடுதான் இந்தக் குடிசையைப் போட்டுக் கொண்டார்.

வேட்டை நாய்களால் துரத்தப்பட்ட குழிமுயல் பற்றைக்குள் ஓடிப் பதுங்கிக் கொள்வதுபோல உமாபதியாரும் ஏதோவொன்றால் துரத்தப்பட்டவராகத்தான் தண்ணிமுறிப்புக்கு ஓடிவந்தார்.

அந்தச் சிறு குடிசையையும், வளவையும் மிகவும் துப்பரவாகவும், அழகாகவும் வைத்திருந்தாள் பதஞ்சலி. பாலியாரைப் பார்த்துப் பல நல்ல பண்புகளைப் பழகிக் கொண்டிருந்த அவள், அடிக்கடி அங்கு சென்று வாழை, கத்தரி, மிளகாய்க் கன்றுகளை வாங்கி வந்து குடிசையைச் சுற்றிலும் அழகான தோட்டம் போட்டிருந்தாள். சிறிய வளவாயினும் அவளுடைய அயராத உழைப்பின் பயனாக அங்கு அழகு மிளிர்ந்தது. படலையிலிருந்து குடிசைக்குச் செல்லும் சிறிய நடைபாதையின் ஓரங்களில் அழகிய பூக்கள் சிரித்தன. பசிய இலைகளைப் பரப்பியவாறே குடிசையின் கூரையில் பூசணிக்கொடி படர்ந்திருந்தது. அழகோடு ஆரோக்கியமும் நிலவிய சூழல்!

கிழக்கு வெளுக்கும் நேரத்தில் பதஞ்சலி முற்றம் பெருக்கும் ஓசையைக் கேட்டு துயில் எழுந்த உமாபதியார், வேலி வேம்பில் குச்சியை முறித்துப் பல் துலக்கியவாறே, வளவுக்கும் செம்மண் சாலைக்கும் இடையே சலசலத்தோடும் வாய்க்காலை நோக்கிச் சென்றார். கால்முகம் கழுவித் துண்டால் துடைத்துக் கொண்டு குடிசைப் பத்தியில் கட்டப்பட்டிருந்த சுரைக் குடுவைக்குள்

இருந்த திருநீற்றை எடுத்து, நெற்றி நிறையப் பூசிக்கொண்ட அவருடைய விழிகளில் குடத்தடியில் நின்ற செவ்விளை தட்டுப்பட்டது.

அவர் அங்கு குடிவந்த சில நாட்களில் அந்தத் தென்னம்பிள்ளையை நட்டிருந்தார். பதஞ்சலியின் பராமரிப்பில் செழித்து வளர்ந்த அந்தச் செவ்விளை சில நாட்களுக்கு முன்தான் முதற்பாளையைத் தள்ளியிருந்தது. அந்தத் தென்னம்பிள்ளை இன்று வெடித்து மெல்லச் சிரித்து நின்றது. அவ் வெடிப்பினூடாகத் தெரிந்த அழகிய முத்துக்கள் உமாபதியருக்கு அவருடைய மகள் முத்தம்மாவின் சிரிப்பை ஞாபகப்படுத்தின. பதஞ்சலியும் முத்தம்மாவையே உரித்துப் பிறந்திருந்தாள். அதே செவ்விளை நிறம்! அதே பாளைச் சிரிப்பு!

முத்தம்மா இறக்கும் போது பதஞ்சலிக்கு மூன்று வயது. முத்தம்மா அந்தச் சின்ன வயதிலேயே இறந்திருக்க வேண்டுமா? இல்லை! சாகடித்துவிட்டனர் அவ்வூர் மக்கள்.

கள்ளங்கபடமில்லாமலிருந்த முத்தம்மா அநியாயமாகக் கிணற்றில் விழுந்து செத்துப் போனாள். அவளை வெளியே தூக்கிப்போட்டு, நீ ஏனம்மா இன்னொருவர் கதையைக் கேட்டுவிட்டுச் சாகவேணும்? நான் ஒருத்தன் உனக்கு எண்டைக்குமே துணையாய் இருப்பனே! என்று கதறியழுதார் உமாபதியர்.

ஆனால் அவற்றை எல்லாம் கேட்பதற்கு அவளுடைய உடலில் உயிர் இருக்கவில்லை. மூன்றே வயதான பதஞ்சலி எதற்கென்று தெரியாமலே கோவென்று அழுதாள். இறந்துவிட்ட மகளை எண்ணிப் பாசத்தையெல்லாம் பதஞ்சலிமேல் சொரிந்து வளர்த்தார் உமாபதியர். உரிய பருவத்தில் பாடசாலைக்கும் அனுப்பினார்.

என்றைக்கு அவளுடைய பிஞ்சு மனம் நொந்துபோய்க் கண்கள் குளமாக, உதடுகள் துடிக்கப் பாடசாலையால் ஓடிவந்து அந்தக் கேள்வியைக் கேட்டாளோ, அன்றே அவளையும் கூட்டிக்கொண்டு தண்ணிமுறிப்புக்குக் குடிவந்துவிட்டார் உமாபதியர்.

கடந்தகால நிகழ்வுகளில் ஆழ்ந்திருந்த உமாபதியாரை பதஞ்சலியின் குரல் இவ்வுலகிற்கு இழுத்து வந்தது. குடிசையை ஒட்டியிருந்த சிறிய குசினிக்குள்ளிருந்து கேட்ட அவளுடைய குரலில் வழமையான துடுக்கும், துடிப்பும் காணப்படவில்லை. 'அப்பு! ஒருக்காப் போய் பாலியரம்மாவைக் கூட்டிக்கொண்டு வாணை!" என்று அவள் சஞ்சலத்துடன் கூறியதும் உமாபதியார் கலவரப்பட்டுப் போனார். 'ஏன் மோனை ஏதும் சுகமில்லையே?' என்று கேட்டதற்கு, 'நீ போய் அவவைக் கூட்டிக்கொண்டு வாவன்!' என்று மீண்டும் பதஞ்சலி பதட்டத்துடன் கூறவே, உமாபதியார் மனம் பதைபதைத்தவராகக் கோணாமலையரின் வளவை நோக்க நடந்தார்.

அந்தக் காலைப் பொழுதில் உமாபதியருடன் விரைந்து வந்த பாலியார் வளவுப் படலையைத் திறந்து கொண்டு முன்னே வந்தாள். குசினிக்குள் பதஞ்சலியைக் காணாததால் விடுவிடெனக் குடிசைக்குள் நுழைந்தாள்.

என்னவோ ஏதோவென்று பயந்து போனவராய் ஏதுமறியாது உமாபதியார் வெளியே நின்று கொண்டிருந்தார். சற்று நேரத்துக்கெல்லாம் முகங்கொள்ளாத மகிழ்ச்சியுடன் குடிசைக்குள்ளிருந்து வெளியே வந்த பாலியார், 'பதஞ்சலி பெரிய மனுசியாய் விட்டாள்!' என்று சொன்னதும் உமாபதியாரின் முகம் உவகையினால் மலர்ந்தது.

மறுகணம் அவருடைய மனம், இந்த மங்கலச் செய்தியைக் கேட்க தனது மகள் முத்தம்மா உயிரோடு இல்லையே என நினைத்துப் புழுங்கிக் கொண்டது. இன்பமும் துன்பமும் ஒருங்கே அவருடைய முகத்தில் சுழியிட்டன.

5

பாலியார் தனக்கு மகளில்லாத குறையை அடியோடு மறந்துவிட்டாள். அடிக்கடி அங்கு வந்து பதஞ்சலிக்கு வேண்டிய பணிவிடைகளையெல்லாம் செய்தாள். பல வகையான உணவுப் பண்டங்களைப் பதஞ்சலிக்கென விசேடமாகத் தயாரித்துக் கொண்டுவந்து கொடுத்தாள். கண்டிப்பு நிறைந்த கணவனுக்கும் வேண்டியவற்றைச் செய்து கொடுத்துவிட்டுப் பின், பதஞ்சலி வீட்டிற்கும் வந்து உதவப் பாலியார் போன்ற ஒருத்தியினாற்றான் முடிந்தது.

அவளுடைய மேற்பார்வையில் ஆகவேண்டியவை எல்லாம் ஆகி, அன்று பதஞ்சலிக்குப் புனிதநீராட்டு வைபவமும் சிறப்பாக நடந்தது. தண்ணிமுறிப்பில் வாழும் அத்தனை பேருமே அன்று உமாபதியாரின் குடிசை முற்றத்தில் போடப்பட்டிருந்த பந்தலின் கீழ் கூடியிருந்தனர் கோணாமலையாரின் குடும்பம், தண்ணிமுறிப்புக் குளத்தை மேற்பார்வை செய்யும் காடியர், உமாபதியாரும் அவருடைய பேத்தி பதஞ்சலி இவர்கள்தான் அந்தக் காட்டுக் கிராமத்தின் குடிமக்கள்.

பாலியார் காலையில் எழுந்து தன் வீட்டுக் காரியங்களை முடித்துக் கொண்டு உமாபதியாரின் வளவுக்கு வந்து பதஞ்சலியை நீராட்டி, புடவையுடுத்தி, பின்னர் விருந்துச் சமையலில் ஈடுபட்டிருந்தாள்.

குடிசைக்குள் ஒரு பக்கமாகப் போடப்பட்டிருந்த பழைய பாயில் அடக்கமாக அமர்ந்திருந்த பதஞ்சலி அங்கு ஏற்றி வைக்கப்பட்டிருந்த மலையர் வீட்டுக் குத்துவிளக்கின் ஒளியில் மங்களகரமாகத் திகழ்ந்தாள். முழுகிவிட்டுத் தலையை ஈரம் உலர்த்தி முடியை அவிழ்த்து விட்டிருந்தாள். அந்தக் கருங்குழற் காட்டின் பகைப்புலத்தில் அவளுடைய சிவந்த முகம் காலைச் சூரியனைப் போன்று ஒளி வீசியது.

உமாபதியார் இவ்வளவு காலமாகத் தான் சேமித்ததை எடுத்துச் சென்று, தண்ணீரூற்றுச் சிவானந்தப் பத்தரிடம்

செய்வித்து வந்த இரண்டு பவுண் தங்கச் சங்கிலி அவளுடைய கழுத்தை அலங்கரித்தது. கூடவே, அவர் வாங்கிவந்த நீலவண்ணச் சேலை அவளுடைய செவ்விளை நிறத்திற்கு மவுசு கூட்டியது.

குடிசைக்கு வெளியே ஒரே கலகலப்பு. மலையரும், காடியரும், உமாபதியரும் சேர்ந்து கொண்டு முல்லைத்தீவிலிருந்து வாங்கி வந்த சாராயப் போத்தல் சகிதம் சந்தோசமாகப் பேசிக் கொண்டிருந்தனர்.

உள்ளே குடிசைக்குள் அமர்ந்திருந்த பதஞ்சலி தனது தங்கச் சங்கிலியையும், புதுச்சேலையையும் அடிக்கடி தொட்டுப் பார்த்து மகிழ்ந்து கொண்டாள். பாலியாரின் கடைக்குட்டி ராசு குடிசைக்குள் வருவதும், அவளை வினோதமாகப் பார்த்து, 'ஏன் இண்டைக்குச் சீலை உடுத்திருக்கிறாய்? ஏன் இண்டைக்குத் தங்கச் சங்கிலி போட்டிருக்கிறாய்?' என்பது போன்ற வினாக்களைக் கேட்பதுமாக விளையாடினான்.

பதஞ்சலிக்குக் கதிராமனுடைய நினைவு வந்தது. அனைவருமே விருந்துக்கு வந்துவிட்டபோது அவன் மட்டும் ஏன் இன்னமும் வரவில்லை என்பதை அவள் அப்போதுதான் கவனித்தாள்.

'ஏன் ராசு இன்னும் மூத்தண்ணையைக் காணேல்லை?' என்று அவள் கேட்டதற்கு, 'அவர் விடிய வெள்ளாப்பிலை நாயளையும் கூட்டிக்கொண்டு குழுமாடு புடிக்கப் போட்டார். இன்னும் வரேல்லை' என்று ராசு பதிலளித்தான். நேற்று முழுதும் காட்டிலை திரிஞ்சு உடும்பு பிடிச்சுக் கொண்டு வந்து இஞ்சை தந்திட்டு அவர் ஏன் இன்னும் வரேல்லை? எல்லாரும் சாப்பிடுற நேரமாய்ப் போச்சு! என்று தனக்குள் சொல்லிக் கொண்ட பதஞ்சலிக்கு அன்று முரலிப் பழத்திற்குத் தானும் வருவேன் என்று அடம்பிடித்துச் சென்றதும், காட்டில் கரடி வந்ததும், தான் பயந்து நடுங்கியதும், ஞாபகம் வரவே அவள் தனக்குள் மெல்லச் சிரித்துக் கொண்டாள். அவனுடைய வலிமை மிக்க கரங்களின் அரவணைப்பில், அவனுடைய இளம் மார்பில் தனது முகத்தைப் பதித்துக் குழந்தைபோலத் தேம்பியழுததை நினைக்கையில் பதஞ்சலிக்கு அடக்கமுடியாத

நாணம் கிளர்ந்தெழுந்து உடலெங்கும் பரவியது. நாணமும், புன்னகையும் மாறிமாறிக் கோலமிட்ட பதஞ்சலியின் முகத்தை உற்றுக் கவனித்த சிறுவன் ராசு வியப்புடன், 'ஏன் சும்மா சிரிக்கிறாய்?' என்று கேட்டதற்கு, 'ஒண்டுமில்லையிடா!' என்று கூறி மீண்டும் மெல்லச் சிரித்தாள் பதஞ்சலி. 'உனக்கென்ன விசரே?' என்று அவன் கேலி செய்தபோதுகூட அவள், 'போடா, ஒண்டுமில்லை!' என்று கூறிவிட்டுச் சிரித்தாள்.

6

அந்த மங்கல நிகழ்ச்சியின் பின்னர் இரண்டு நாட்கள் வரை பதஞ்சலி சற்று அடக்கமாக இருந்தாள். மூன்றாம் நாள் அவளுடைய பழைய துருதுருப்பும், துடுக்குத்தனமும் திரும்பி விட்டிருந்தன. பாவாடையை உயர்த்திக் கட்டிக்கொண்டு கரம்பைக்காய் பிடுங்கவும், சூரைப்பழம் பறிக்கவுமென்று பட்டாம்பூச்சி போல அங்குமிங்கும் பறக்கத் தொடங்கி விட்டாள். உமாபதியார் தடுத்துக் கூறினால், 'சும்மா போணையப்பு!' என்று செல்லமாகக் கூறிவிட்டுத் தன் போக்கில் போய்விடுவாள்.

அவளுக்கு மங்கல நீராட்டு வைபவம் நடந்த அன்று கதிராமன் அவள் வீட்டில் நடந்த விருந்துக்குப் போகவில்லை. அன்று மதியம் திரும்பிய பின்னரே அவன் காட்டில் குழுவாகத் திரிந்த கடாவைப் பிடித்துத் தங்களுடைய எருமையுடன் பிணைத்துக் கொண்டு வளவுக்கு வந்தான். அதன்பின் பதஞ்சலியும் இரண்டு நாட்கள் வெளியே செல்லாததால் அவளை அவனால் காணமுடியவில்லை.

மூன்றாம் நாள் கதிராமன் விறகுக்காகக் காட்டுக்குப் போய்விட்டுக் கோடரியும் கையுமாகத் திரும்பும் போதுதான் அவள் குளக்கட்டின் மேல் வந்து, துருசினூடாகத் தண்ணீர் பாய்வதை வேடிக்கை பார்த்துக் கொண்டிருந்தாள். அவனுடன் கூடவந்த நாய்கள் இரண்டும் பதஞ்சலியைத் தொலைவில் கண்டதும் உற்சாகத்துடன் அவளை நோக்கிப் பாய்ந்தன.

பதஞ்சலியைத் தனது நாய்கள் குளக்கட்டிலிருந்து கீழே தள்ளிவிடக்கூடும் என்று எண்ணிப் பயந்த கதிராமன் நாய்களை அதட்டினான். அவனுடைய அதட்டலுக்கு அடங்கிய நாய்கள் மீண்டும் அவனிடம் ஓடவே பதஞ்சலியும் அந்தத் திக்கில் திரும்பினாள்.

இளஞ் சிரிப்புடன் வந்துகொண்டிருந்த கதிராமனுடைய கரியமேனி மாலை வெய்யிலில் புதியதொரு அழகைக்

காட்டியது. அவனை அந்த நேரத்தில் பார்த்தபோது பதஞ்சலிக்குத் தான், முன்னொரு தடவை கலிங்கு வெட்டையில் இதே போன்றதொரு மாலை வேளையிலே கண்ட கலைமரையின் ஞாபகம் வந்தது. இவரும் நெடுக காட்டிலை சந்தோசமாய்த் திரியிறார் அந்த மரையைப் போல! என்று எண்ணிக் கொண்டவளுக்கு, அவன் அன்று தங்கள் வீட்டுக்குச் சாப்பிட வராதது நினைவுக்கு வந்தது.

அவன் அண்மையில் வந்ததும்,'ஏன் அண்டைக்குச் சாப்பிட வரேல்லை?' என்று அவனைக் கேட்டாள். அதற்கு அவன் பதிலளியாது புன்னகை பூக்கவே அவளுக்கும் சிரிப்பு வந்தது. 'நீங்கள் எதுக்கெண்டாலும் சிரித்துச் சமாளிச்சுப் போடுறியள்!' என்றாள். பதஞ்சலியைச் சமாளிக்கும் நோக்கத்துடன் அவன், 'அண்டைக்கு உன்ரை வீட்டை வாறதெண்டால் உனக்கேதும் கொண்டு வந்திருக்கோணும். என்னட்டை ஒண்டுமில்லை! அதுதான் வரேல்லை!' என்றான். 'அப்ப இனிமேல் வாறதெண்டால் ஏதாவது சமான் வேண்டிக் கொண்டுதான் வருவியளாக்கும்!' என அவள் கேட்டதற்குப் பதில் சொல்லாமல் சிரித்தான் கதிராமன். அவளுடைய துடுக்கும் குறும்பும் அவனுக்கு மிகவும் பிடித்திருந்தன.

'சரி! இப்ப ஒரு சாமான் தரவா?'

'என்ன உங்கடை கோடாலியை தூக்கித் தரப்போறியளா?' அவள் அவனைக் கேலி செய்தாள்.

'நீயேன் கனக்கப் பகிடி பண்ணிறாய், என்னோடை கொஞ்சத் தூரம் உந்தக் காட்டுக்கை வா! ஒரு இனிப்பான சாமான் தாறன்!' என்றவாறே அவன் திரும்பி நடந்தான்.

'என்ன? இனிப்பான சாமானோ? என்னது?' என்று ஆர்வத்துடன் கேட்டவாறே துள்ளிக் கொண்டு அவனைப் பின் தொடர்ந்தாள் பதஞ்சலி.

சற்றுத் தூரம் குளக்கட்டு வழியே சென்ற கதிராமன் ஓரிடத்தில் குளக்கட்டின் சரிவால் இறங்கிக் கட்டின் கீழே தெரிந்த காட்டை நோக்கிச் சென்றான். அக் காட்டினுள்

நுழைந்தவன், சிறிது தூரம் சென்றதும், பட்டுப்போய்க் கீழே விழுந்து கிடந்த ஒரு சமண்டலை மரத்தடிக்குச் சென்று அதன் அடிப்பாகத்திலிருந்த பூவாசலைக் கவனித்தான். இதற்குள் பதஞ்சலியும் அவனருகில் நெருங்கி வந்துவிடவே, கொட்டுக்குள் இருந்த தேன்குடி கலைந்து பறந்தது.

பதஞ்சலி குதூகலத்துடன் குதித்தாள்.

'ஆ! எனக்கு இப்பதான் விளங்கிச்சு!'

'சும்மா குதிக்காதை! கொஞ்சம் அங்காலை போய் நில்லு! இல்லாட்டிப் பூச்சி குத்திப்போடும்!' என்று கூறிவிட்டுப் பூவாசலுக்கு மேலே கோறையாகச் செல்லும் பகுதியை இலேசாகத் தட்டிப் பார்த்தபின் மரத்தைத் தறிக்கத் தொடங்கினான். நாய்கள் இரண்டும் உடும்போ ஏதோவென உசாராகிக் கொண்டன.

'கவனம்;! பூச்சி குத்திப்போடும்!' என்று பதஞ்சலி கூறியதைக் கவனியாது அவன் குனிந்து வெட்டப்பட்டிருந்த வெளியினூடாக வாயால் ஊதினான். அவன் ஊதவும் தேனீக்கள் தாம் மொய்த்திருந்த வதைகளை விட்டு மேலே கொட்டுக்குள் போய்க் குவிந்து கொண்டன. அவன் கொட்டுக்குள் மெல்லக் கையை விட்டுத் தேன்வதைகளை எடுத்தவாறே பதஞ்சலியை அருகே அழைத்தான். வெள்ளை வெளேரென்று இடியப்பத் தட்டுக்களைப் போல வட்டவடிவமாக இருந்த அவற்றை எடுத்துப் பதஞ்சலியின் விரிந்த கைகளுக்குள் வைத்தான். தேன் வதைகளை அவள் கண்டிருக்கின்றாள். ஆனால் இவ்வளவு ஒரே சீரான வட்டக் கட்டிகளாக அவை இருக்கவில்லை.

'இதைத்தான் பணியார வதை எண்டு சொல்லுறது!' என்ற கதிராமன், அவளுடைய கைநிறையத் தேன்வதைகளை அடுக்கிவிட்டு, 'போதுமே என்ரை பரிசு?' என்று கேலியாகக் கேட்டான். அவள் ஓம் என்று தலையை அசைத்துவிட்டு அழகாகச் சிரித்தாள்.

அவள் சிரிக்கையில் அன்றொரு நாள், இருண்ட காட்டினுள் அவனுக்கு மிக நெருக்கத்தில் அவள் இருந்த நினைவு

கதிராமனுக்கு வந்தது. அவளுடைய சிவந்த விரல்களையும், செழுமையான முகத்தையும், கருவண்டுபோன்ற விழிகளையும் பார்க்கையில் அவனுக்குப் புதியதோர் உணர்வும், சுகானுபாவமும் ஏற்பட்டன.

'வாருங்கோ! குளக்கட்டிலை வைச்சுத் தின்னுவம்!' எனக் கூறி அவள் நடக்க, கதிராமன் இரண்டு சமண்டலை இலைகளைப் பறித்துக் கொண்டு அவள் பின்னால் சென்று குளக்கட்டின் சரிவில் பசுமையாகப் படர்ந்திருந்த புல் தரையில் அமர்ந்து கொண்டான். சமண்டலை இலைகளில் தேன்வதைகளை வைத்து அவனுக்குக் கொடுத்துவிட்டுத் தானும் எடுத்துக் கொண்டாள் பதஞ்சலி. அவளுடைய தளிர்க் கைகளினால் பிய்த்தெடுக்கப்பட்ட அந்தத் தேன்வதைகள் அவனுக்கு அன்று மிகவும் இனித்தன.

பொழுது சாயும் நேரத்திலே பதஞ்சலி நாய்களுடன் முன்னால் துள்ளியோடிக் கொண்டோட கோடரியைத் தோளில் தாங்கிக் கதிராமன் பின்தொடர்ந்தான். பதஞ்சலி ஓடும்போது அவளுடைய நீண்ட பின்னல் கருநாகம் போல் அங்குமிங்கும் துள்ளியசைந்தது. அவளுடைய ஒவ்வொரு அங்க அசைவும், களங்கமும் கவலையுமற்ற கதிராமனுடைய வாலிப இதயத்தில் மிகமிக ஆழமாகப் பதிந்து கொண்டன. தனது வளவுக்கு எதிரேயுள்ள வயல் வரம்பில் புல் வெட்டிக் கொண்டிருந்த கோணாமலையர் தொலைவில் நாய்கள் ஓடிவரும் அரவம் கேட்டு நிமிர்ந்து பார்த்தார். மாலை வெய்யிலில் கண்கள் கூசின. விழிகளை இடுக்கிக்கொண்டு பார்த்தபோது கதிராமனும், பதஞ்சலியும் வருவது தெரிந்தது. பார்த்தவர் மீண்டும் குனிந்துகொண்டு பசும் புற்களைப் பரபரவென அறுத்துத் தள்ளினார். மிகவும் கூர்மையான அரிவாளினால் பழகிப்போன அவருடைய கரங்கள் மளமளவெனப் புல்லை அரிந்து தள்ளும்போது அவருடைய மனம் மட்டும் வேறு ஏதோ சிந்தனையில் ஆழ்ந்திருந்தது.

சாக்கில் அடைந்து கொண்டு வந்த புல்லை மாட்டுக் கொட்டிலுக்குள் கொட்டிவிட்டுக் கோணாமலையர் வாய்க்காலில் கால்முகம் கழுவிய பின்னர் வந்து முற்றத்தில்

கிடந்த மான்தோலில் உட்கார்ந்து கொண்டார். அவருடைய ஒரு கையில் சீனியையும், மறுகையில் சிரட்டை நிறையத் தேனீரையும் கொடுத்த பாலியாரும், வெற்றிலைத் தட்டத்துடன் பக்கத்தில் அமர்ந்து கொண்டாள்.

உள்ளங் கையிலிருந்த சீனியை நக்கிக்கொண்டு தேனீரை உறிஞ்சிக் குடித்த மலையர் ஏதோ நினைத்தவராய், 'உவன் உமாபதியின்ரை பொட்டை இப்பவும் காடுவழியத்தானே திரியிறாள்! அவளைக் கண்டபடி வெளியிலை விடவேண்டாமெண்டு அவனுக்குச் சொல்லு!' என்றார். அவர் எதற்காக இதைக் கூறுகின்றார் என்று எண்ணிய பாலியார், 'அந்தாளும் நெடுகச் சொல்லுறதுதான்! ஆனால் அவள் கேட்டாத்தானே! மான்குட்டி மாதிரி எந்த நேரம் பாத்தாலும் பாய்ச்சலும் பறவையுந்தான்!' என்று கூறிக் கொண்டாள். அவர்கள் இருவரும் பேசிக் கொண்டது பதஞ்சலியின் துடியாட்டத்தைப் பற்றித்தான். ஆனால் மலையர் கூறியதற்கும், அவருடைய மனைவி குறிப்பிட்டதற்கும் எவ்வளவோ வேறுபாடு இருந்தது.

தேனீரைக் குடித்துவிட்டுச் சிரட்டையை ஒருபக்கமாகக் கவிழ்த்து வைத்த மலையர், 'காலமை மம்மது என்னட்டை ஒரு விசயம் பறைஞ்சவன். குமுளமுனைச் சிதம்பரியருக்கு ஒரு பொட்டை இருக்குதாம்! வீடு வளவோடை சிதம்பரியற்றை உழவு மெசினும் பொடிச்சிக்குத்தான் குடுக்கிறதாம்! எங்கடை கதிராமனுக்கு அந்தப் பொட்டையைச் செய்யிற விருப்பம் சிதம்பரியருக்கு இருக்குதாம்! ஆனால் பொட்டைக்குக் கொஞ்சம் வயசு குறைவு. வாறவரியம் மட்டிலை செய்வம் எண்டு கதைச்சவராம்!' என்று கூறி நிறுத்தினார் மலையர்.

அதற்கு ஒன்றுமே பேசாது எழுந்த பாலியார், சிரட்டையை எடுத்துக் கொண்டு குடத்தடிக்குச் சென்று, குடத்திலிருந்த தண்ணீரை ஊற்றிச் சிரட்டையை அலம்புகையில், தூரத்தே உமாபதியரின் குடிசையில் பதஞ்சலி விளக்கேற்றுவது தெரிந்தது. என்ன மாதிரி பம்பரம் போல சுழண்டு சுழண்டு வேலை செய்வாள்! கிளிக்குஞ்சு மாதிரிப் பொட்டை என்று பாலியார் மனம் எண்ணிக் கொண்டது.

7

பதஞ்சலி பருவமடைந்து விளையாட்டுப் போல் மூன்று வருடங்கள் சென்றுவிட்டன. அந்த மூன்று வருடங்கள் பதஞ்சலியில் மட்டுமன்றி அந்தச் சின்னக் காட்டுக் கிராமத்திலேயும் எத்தனையோ மாற்றங்களை ஏற்படுத்திவிட்டுச் சென்றிருந்தன.

பதினாறு நிறைந்த பதஞ்சலி தண்ணிமுறிப்புக் காடுகளிலே தன்னிச்சையாகத் திரியும் பெண் மான்களைப் போல் அழகும் நளினமும் நிறைந்தவளாய் விளங்கினாள். கிடுகிடுவென வளர்ந்து மதாளித்துக் குலைதள்ளவிருக்கும் வாழையின் செழுமை அவளுடைய உடலில் தெரிந்தது.

வயல்வெளி, அதன் ஓரத்திலே அடர்ந்திருந்த காட்டை வெகு தூரத்திற்குப் பின்னே தள்ளிவிட்டாற் போன்று விசாலித்திருந்தது. குளத்தினின்றும் செல்லும் வாய்க்காலும் அதையொட்டி அமைந்திருந்த செம்மண்சாலையும் செப்பனிட்டுச் சீராகக் காட்சியளித்தன. உயர்த்தப்பட்டுக் காணும் குளக்கட்டில் இப்போது ஏறிநின்று பார்த்தால், ஒருபுறம் குளத்தில் நீர் நிறையத் தேங்கி அலையடிப்பதைக் காணலாம். மறுபுறம் குளக்கட்டின் கீழே விசாலித்துக் கிடக்கும் வயல்களில் பச்சைப் பசேலெனப் பயிர்க்கடல் தளும்புவதைப் பார்க்கலாம்.

குளத்துக்கு அருகாமையில் கட்டப்பட்டிருந்த காடியர் பங்களா, விரிந்து கொண்டே போகும் வயல்வெளி, அதன் நடுவே அங்கொன்றும் இங்கொன்றுமாகக் காணப்படும் சிறு குடிசைகள், இவை யாவுமே தண்ணிமுறிப்பு இப்போது ஒரு குக்கிராமம் அல்ல, மெல்ல வளரும் ஒரு குடியேற்றத் திட்டம் என்பதைச் சொல்லாமல் சொல்லி நின்றன.

கோணாமலையர்கூட சற்று மாற்றம் அடைந்தவராகக் காணப்பட்டார். கதிராமனும், மணியனும், ராசுவும் வேலைகள்

அத்தனையையும் கச்சிதமாகக் கவனித்துக் கொள்ளவே, அவருக்கு ஓய்வுநேரம் அதிகமிருந்தது. காடியர் மிகவும் குசியான பேர்வழி! எனவே ஓய்வு நேரங்களில் காடியருடன் பலதையும் பேசிச் சந்தோசமாகப் பொழுதைப் போக்கிக் கொண்டார் மலையர்.

உமாபதியரிடம் முதுமையின் தளர்ச்சி கூடுதலாகத் தென்பட்டது. இருந்தும் வழமை போலக் கூலி வேலை செய்வதும், கதிராமன் முதலியோருடன் காட்டுக்கு வேட்டைக்குச் செல்வதுமாக அவருடைய காலமும் போய்க் கொண்டிருந்தது. பதஞ்சலியின் திருமணம் ஒன்றே அவர் தன்னுடைய வாழ்வில் எதிர்பார்க்கும் முக்கிய விசயமாக இருந்தது. தன்னை முதுமை முழுமையாகப் பற்றிக் கொள்வதற்கு முன், எப்படியாவது கொஞ்சப் பணத்தைச் சேர்த்து யாராவது நல்ல உழைப்பாளி ஒருவனுடைய கையில் அவளைப் பிடித்துக் கொடுத்துவிட வேண்டும் என்ற ஆசையுடன் அவர் அயராது உழைத்தார்.

அன்றும் எங்கோ ஒருவருடைய வயலில் நாள் முழுவதும் வேலை செய்துவிட்டு மாலையில் வீட்டை நோக்கி உமாபதியார் வந்து கொண்டிருந்தார். அவர் தூரத்திலேயே வரும்போது கண்டுகொண்ட பதஞ்சலி குசினிக்குள் தேநீரை ஆற்றிக் கொண்டிருந்தாள்.

வாய்க்காலில் உடலைக் கழுவிக் கொண்டு வளவுப் படலையைத் திறக்கும் போது உமாபதியாரின் காலில் திடீரென நெருப்பால் சுட்டது போலிருந்தது. வலியில் ஓவென்று அலறிய அவர் குனிந்து நோக்கியபோது, வாய்க்கால் ஓரத்தில் மண்டி வளர்ந்திருந்த புற்களிடையே நாக பாம்பொன்று விரைந்து செல்வதைக் கண்டார்.

அவருடைய அலறலைக் கேட்டுப் பதறித் துடித்து ஓடிவந்த பதஞ்சலி, 'என்னணை அப்பு!' எனக் கேட்டபோது, 'பாம்பு கடிச்சுப் போட்டுதம்மா!' என்றவாறு வலி பொறுக்க முடியாமல் துடித்தார் உமாபதியார். அவருடைய வலது புறங்காலில் நாலு இடங்களில் பொட்டுப்போல இரத்தம் சிறிதாகக் கசிந்து கொண்டிருந்தது.

'ஆதி ஐயனே! நான் என்னணையப்பு செய்வன்! என அரற்றிய பதஞ்சலி, 'இஞ்சை விடணை! நான் வாயாலை கடிச்சு நஞ்சை உறிஞ்சித் துப்பிவிடுறன்!' என்று கூறி அவருடைய காலை நோக்கிக் குனிந்தாள். 'சீ! என்ன மடைவேலை செய்யிறாய்!' என்று பேத்தியைக் கடிந்து கொண்டவர், சிரமத்துடன் நடந்து சென்று குடிசைத் திண்ணையில் அமர்ந்து கொண்டார். 'புள்ளை! அந்த மான் கொடியை எடுத்து இதிலை நல்லாய் இறுக்கி ஒரு கட்டுப்போடு!' என்று அவர் சொன்னதும் பதஞ்சலி கொடியை எடுத்துக் கெண்டைக் காலில் இறுகக் கட்டினாள். அப்பொழுது அவளுடைய விரல்கள் நடுங்கியதைக் கண்ட உமாபதியார், 'பயப்பிடாதை மோனை! எனக்கொண்டும் செய்யாது! நீ ஓடிப்போய் மலையரைக் கூட்டிக்கொண்டுவா!' என்றதும், பதஞ்சலி மலையர் வீட்டை நோக்கி விரைந்து ஓடினாள்.

இரண்டும் கெட்ட நேரத்தில் பதைபதைக்கப் பதஞ்சலி ஓடி வருவதைக் கண்ட பாலியார் பயந்து போனாள். 'என்ன புள்ளை?' அவள் கேட்க முன்பே 'அப்புவுக்குப் பாம்பு கடிச்சுப் போட்டுதம்மா!' என்று தேம்பியழத் தொடங்கிவிட்டாள் பதஞ்சலி. பட்டிக்குள் எருமைக் கன்றுகளைக் கட்டிக்கொண்டிருந்த கதிராமன் பதஞ்சலி சொன்ன சேதியைக் கேட்டு உமாபதியாரின் குடிசையை நோக்கிப் பாய்ந்து சென்றான். 'தம்பி மணியம்! ஓடிப்போய்க் கொப்புவைக் கூட்டிக்கொண்டு வா! காடியர் வீட்டை இருப்பார்!' என்று பாலியார் மணியனை நோக்கிக் கூறிவிட்டு பதஞ்சலியுடன் உமாபதியார் வீட்டுக்கு வேகமாகப் புறப்பட்டார். அவர்களைப் பின்தொடர்ந்த ராசு, பயந்தவனாகப் பதஞ்சலியையும், தாயையும் மாறிமாறிப் பார்த்துக் கொண்டான்.

உமாபதியாருக்கு நாக்குத் தடிக்க ஆரம்பித்துவிட்டது. அங்கு முதலில் சென்ற கதிராமன் விளக்கை எடுத்துவந்து கடிவாயைக் கவனித்தான். நான்கு பற்களுமே மிக ஆழமாக இறங்கியிருந்ததைக் கண்டதும் அவனுடைய முகம் இருண்டது. 'என்ன பாம்பு?' என்று கேட்டதற்கு, 'சர்ப்பம்!' என்று திக்கித் திணறிக் கூறினார் உமாபதியார். இதற்குள் பதஞ்சலியும்

பாலியாரும் அங்கு வந்துவிட்டனர். பதஞ்சலி வெளிறிய முகத்துடன் கதிராமனை நோக்கினாள். 'ஒண்டுக்கும் பயப்பிடாதை! நான் போய் ஒதியமலை வைத்தியத்தைக் கூட்டிக்கொண்டு உடனை வாறன்!' என்று அவன் புறப்பட்டதைக் கண்ட பதஞ்சலிக்கு வயிற்றில் பால் வார்த்தது போலிருந்தது.

காடியரின் வீட்டு விறாந்தையில் அமர்ந்து பேசிக் கொண்டிருந்த கோணாமலையரிடம், ஓடிவந்த மணியன், 'உமாபதியாருக்குப் பாம்பு கடிச்சுப் போட்டுதாம்! உங்களை உடனை வரட்டாம்!' என்றதும், 'என்னடா கடுமையாய்க் கடிச்சுப் போட்டுதே?' என்று கேட்டுக்கொண்டு எழுந்த மலையருடன் கூடவே காடியரும் புறப்பட்டார். 'நீ ஓடிப்போய் வீட்டு மாடத்துக்கை பார், புதூர் மருந்து ஒரு சரைக்கை கிடக்குது, எடுத்துக் கொண்டு வா!' என மணியனுக்குக் கட்டளை பிறப்பித்துவிட்டு உமாபதியாரின் குடிசையை நோக்கி விரைந்தார் மலையர்.

அங்கே குடிசைத் திண்ணையில் படுத்திருந்த உமாபதியாரின் தலைமாட்டில் பாலியாரும், காலருகே பதஞ்சலியும் உட்கார்ந்திருந்தனர். பதஞ்சலியின் முகத்தில் களையே இல்லை. எதற்கும் இலகுவில் உணர்ச்சி வசப்பட்டுப் போகும் அவள் உமாபதியாரின் நிலையைக் கண்டு மிகவும் பயந்து போயிருந்தாள். அவருடைய உடலில் வினாடிக்கு வினாடி விசம் தலைக்கேறிக் கொண்டிருந்தது. நிலைமையை அவதானித்த கோணாமலையர், 'கதிராமன் எங்கை?' என்று கேட்டார். 'அவன் வைத்தியத்தைக் கூட்டிவர ஒதியமலைக்குப் போட்டான்.' என்று பாலியார் சொன்னதும், 'இந்த ரா இருட்டியிலை என்னண்டு உந்தக் காட்டுக்காலை போகப்போறான்? கையிலை லைற்றுக் கொண்டு போனவனே?' என்று முணுமுணுத்துக் கொண்டிருந்தபோது, அங்கு வந்த மணியன் காகிதப் பொட்டலத்தைக் அவரிடம் கொடுத்தான்.

குடத்தடிக்குச் சென்று வாயைக் கொப்பளித்துவிட்டுப் பயபக்தியுடன் புதூர் நாகதம்பிரான் கோவிலிருந்து கொண்டுவரப்பட்ட மண்ணை எடுத்து உமாபதியரின்

உச்சியிலும், கடிவாயிலும் பூசிவிட்டு அவருடைய வாயினுள்ளும் சிறிது போட்டார்.

பதஞ்சலி உமாபதியாரின் முகத்தையே பார்த்துக் கொண்டிருந்தாள். அவளுடைய முகத்திலே எந்தவிதச் சலனமும் இல்லை. அவருடைய விழிகள் மெல்ல மெல்ல மேலே சொருகிக் கொண்டிருந்தன. அவளுக்கு நினைவு தெரிந்த நாள் முதல் மார்பிலும் தோளிலும் அவளையேந்தி அவளுக்கு வேண்டியவற்றையெல்லாம் செய்த அவளுடைய 'அப்பு' பேசாமல் கிடப்பதைக் கண்டு அவளுடைய மனம் வெந்து வெதும்பியது!

உமாபதியாருக்கு அவர்கள் பேசிக்கொள்வது எங்கோ வெகு தெலைவில் கேட்பது போலிருந்தது. அவரால் எதையும் தொடர்ச்சியாகக் கவனிக்க முடியவில்லை. மெல்ல மெல்ல ஒரு அந்தகாரம் அவரை வந்து மூடுவது போலிருந்த அந்த வேளையிலும் பதஞ்சலியினுடைய முகம் அவர் முன் தோன்றி, என்னை விட்டிட்டுப் போகாதை அப்பு! நீயும் போனால் எனக்கு ஆர் இருக்கினம்! என்று தேம்பியழுவது போன்றிருந்தது. அவளுக்கு ஆறுதலாக ஏதாவது சொல்ல வேண்டுமென்று அவர் உன்னியபோதும் எதுவுமே பேசமுடியவில்லை. வாய் நிறைய நாக்கு தடித்துப் போய்க் கிடந்தது.

8

அமாவாசை இருள்! தண்ணிமுறிப்புக் குளத்துக்கு மேலிருந்த காட்டினூடாகச் செல்லும் வண்டிப்பாதையில் கதிராமன் வேகமாக நடந்து கொண்டிருந்தான். மையிருட்டைக் கிழித்துச் சென்றது அவனுடைய கையிலிருந்த ரோச்சின் ஒளி. காட்டு யானைகளும் கரடிகளும் உலவும் அந்தக் காட்டினூடாக இந்த இருட்டிலே தனியே போகும் துணிவு கதிராமன் ஒருவனுக்குத்தான் இருக்க முடியும். வாழ்நாளெல்லாம் அப்பகுதிக் காடுகளிலே திரிந்த அவனுக்குக் காட்டில் செல்வதென்றால் மீன்குஞ்சு தண்ணீரில் நீந்துவது போன்றதுதான், அவ்வாறிருந்தும் அவனுடைய புலன்களெல்லாம் எந்த நிமிடமும் ஆபத்தை எதிர்நோக்கிச் செயற்பட்டுக் கொண்டிருந்தன.

தண்ணிமுறிப்பிலிருந்து ஆறுகல் தொலைவில் இருக்கும் ஒதியமலை என்னும் சிறிய கிராமத்தில் ஒதியமலை வைத்தியம் என்று பெயர் பெற்ற சேனாதியார் இருந்தார். அவர் மனம் வைத்து வைத்தியம் செய்வதற்கு முன்வந்து விட்டால் எந்தக் கொடிய விசமும் பஞ்சாய்ப் பறந்துவிடும் என்பர். விசக்கடி வைத்தியத்தில் அவர் அத்தனை திறமைசாலி!

கதிராமனுடைய ரோச் வெளிச்சத்தில் பாதையைக் குறுக்கறுத்து செல்லும் காட்டு விலங்குகளின் கண்கள் தீப்பந்தங்கள் போல் ஒளிர்ந்தன. பச்சைப் பளீரென ஒளிவிடும் கண்கள் மான்களுக்கு உரியவை. பழுப்பு நிறமாக மங்கித் தெரிபவை முயல், மரநாய்களுக்குச் சொந்தம். இவ்வாறு வகைபிரிக்கப் பழகியவன் கதிராமன்.

ஒதியமலையை நெருங்கும் சமயம் பாதையின் நடுவே நெருப்புத் துண்டங்கள் போன்று இரண்டு விழிகள் சுடர்விட்ட போது கதிராமன் சட்டென்று நின்று, சூய்! என்று அதட்டினான். பாதையின் நடுவே குந்திக் கொண்டிருந்த சிறுத்தைப் புலி எகிறிப் பாய்ந்து காட்டுக்குள் மறைந்தது.

கதிராமன் ஒதியமலைக் கிராமத்தினுள் நுழைந்த வேளை அங்குள்ள மக்கள் நித்திரைக்குச் சென்றிருந்தனர். ஊர் நாய்கள் இவனுடைய வரவு கண்டு இடைவிடாது குரைத்தன. அவன் வைத்தியரின் வளவுக்கு முன்னால் போய் நின்றபோது, அவருடைய வீட்டு நாயும் பலமாகக் குரைக்க ஆரம்பித்தது. நாய்களின் குரைத்தல் கேட்டு விழித்துக் கொண்ட வைத்தியர் சேனாதியர் விசயத்தை ஊகித்து அறிந்து கொண்டார். அர்த்தராத்திரியிலும் அவருடைய உதவி நாடி வேற்றூர் மக்கள் வந்து எழுப்புவது மிகவும் சாதாரண விசயம்.

எழுந்து விளக்கை ஏற்றிய சேனாதியர் 'ஆர் மோனை அது?' என்று கூப்பிட்டதும், கதிராமன் உள்ளே சென்று திண்ணையில் உட்கார்ந்து கொண்டான். கைவிளக்கை எடுத்துவந்த அவனுடைய முகத்தைக் கூர்ந்து கவனித்தார் ஒதியமலை வைத்தியர். விசக்கடி வைத்தியரிடம் முதலில் எதுவுமே கூறக்கூடாது என்ற வழக்கம் கதிராமனுக்கு நன்கு தெரியும். எனவேதான் அவன் ஒன்றுமே பேசாமலிருந்தான்.

அவனுடைய முகத்தைக் கூர்ந்து கவனித்தபின், விளக்கைத் திண்ணையின்மேல் வைத்துவிட்டு ஒரு சுருட்டை எடுத்துப் பற்ற வைத்துக் கொண்டார் சேனாதியர். நெருப்புக் குச்சியின் சுவாலை ஒளியில் அவருடைய முகத்தைக் கவனித்தான் கதிராமன். அதில் எந்தவிதக் குறிப்பையுமே அவனால் கண்டுகொள்ள முடியவில்லை. நன்றாகப் பற்றிக் கொண்ட சுருட்டைக் கையிலெடுத்துக் கொண்டவர் புகையை ஊதிவிட்டு, 'நாலு பல்லும் வாளமாய்ப்பட நாகம் தீண்டிப் போட்டுது! இனி நாமொன்றும் செய்வதிற்கில்லை!' என்று அமைதியாகச் சொன்னபோது கதிராமன் உள்ளம் குன்றிச் சோர்ந்து போய்விட்டான்.

ஒதியமலை வைத்தியம் கையை விரித்து விட்டார் என்றால் இனிமேல் ஒன்றும் செய்வதிற்கில்லை என்பது கதிராமனுக்கு நன்கு தெரியும். இருப்பினும் 'நீங்கள் ஒருக்கா வந்து வந்து பாருங்கோவன்!' என்று கெஞ்சினான்.

'தம்பி! நான் வந்து ஒரு பிரயோசனமும் இல்லையெண்டு உனக்கு நல்லாய்த் தெரியும்!' என்று அவர் உறுதியாகக் கூறினார்.

கதிராமன் கையில் லைற்றையும் எடுத்துக் கொண்டு மீண்டும் தண்ணிமுறிப்பை நோக்கி ஏமாற்றத்துடன் நடக்க ஆரம்பித்தான். சற்று ஓய்ந்திருந்த நாய்கள் கோஸ்டியாகக் குரைத்து அவனை வழியனுப்பி வைத்தன.

9

வவுனியா மாவட்டத்தில் மிகவும் பிரபலம் அடைந்திருந்த ஒதியமலை வைத்தியம் சேனாதியருக்கு கொக்கிளாய் கொக்குத்தொடுவாயிலிருந்து முறுகண்டியீறாகப் பலரைத் தெரியும்.

ஏறக்குறையப் பதின்மூன்று ஆண்டுகளுக்கு முன் தண்ணீரூற்றில் வைத்தியம் செய்வதற்காக சேனாதியர் சென்றிருந்த போதுதான், உமாபதியாரின் மகள் முத்தம்மா கிணற்றிலே குதித்துத் தற்கொலை செய்து கொண்டு சம்பவம் நிகழ்ந்தது. அந்த ஈமச்சடங்கில் கலந்து கொண்ட போதுதான் சேனாதியார் முத்தம்மாவின் கதையைக் கேள்விப்பட்டார்.

முத்தம்மாவுக்குத் தாயில்லை. உமாபதியார்தான் அவளுக்குத் தாயாகவும், தகப்பனாகவும் இருந்து வளர்த்தார். உமாபதியார் வேலைக்குப் போகும் நேரமெல்லாம் முத்தம்மா வீட்டில் தனியாகத்தான் இருப்பாள். அந்தத் தனிமையையும், அவளுடைய பருவத்தையும் பயன்படுத்திக் கொண்டு அவளைக் கெடுத்துவிட்டான் ஒருவன். மலேரியாத் தடுப்புக்கு நுளம்பெண்ணெய் விசிறவரும் ஆட்களை மேற்பார்வை செய்யும் உத்தியோகத்தன் அவன். அவனுடைய அழகான தோற்றமும், கம்பீரமான தோரணையும், ஆசை வார்த்தைகளும் கிராமத்துப் பெண்ணான முத்தம்மாவை மிகவும் கவர்ந்தன. அவள் அவன்மேல் அன்பைச் சொரிந்தாள். அவனோ அவளுடைய பருவத்தைப் பதம் பார்த்துவிட்டு விசயம் முற்றியதும் தலைமறைவாகி விட்டிருந்தான். ஆனால் அவன் முத்தம்மாவின் வயிற்றில் விட்டுச்சென்ற வித்து முளைக்க ஆரம்பத்திருந்தது. நடந்ததை அறிந்துகொண்ட உமாபதியார் கொதித்தார், குமுறினார், மகளை நையப் புடைத்தார். ஈற்றில் அவனைத் தேடிப் பல இடங்களுக்கும் அலைந்து திரிந்தார். ஒரு சிறிய கிராமத்தைச் சேர்ந்த, கல்வியறிவில்லாத உமாபதியாரால் என்னத்தைச் செய்துவிட முடியும்? மனம் சோர்ந்து போய்த் திரும்பி வந்தார்.

முத்தம்மா அவமானத்தால் குன்றிப் போனாள். அவளையே உரித்துப் படைத்துக் கொண்டு தங்கவிக்கிரகம் போன்றதொரு பெண் அவளுக்குப் பிறந்தாள். முத்தம்மா தன்னுடைய தாயின் பெயரையே அந்தக் குழந்தைக்கு வைக்க வேண்டுமென்று விரும்பியபோது, உமாபதியார்தான் பதிவுகாரரிடம் சென்று 'பதஞ்சலி' என்ற பெயரை வைத்தார்.

பதஞ்சலி வளர்ந்தாள். அவளுடைய தளர்நடை அழகிலும், மழலை மொழியிலும் தன்னுடைய மனதைப் பறிகொடுத்து நடந்தவற்றை மறக்கப் பழகிக் கொண்டார் உமாபதியார். ஆனால், முத்தம்மாவுக்கோ தனது வாழ்வே அஸ்தமித்து விட்டதைப் போன்றதொரு உணர்வு.

காலத்தைவிட இவ்வகைப் புண்களை ஆற்றுவதற்குச் சிறந்த மருந்து எதுவுமேயில்லை. சிறிது சிறிதாக மனப்புண் ஆறிக்கொண்டுவர, முத்தம்மாவிடம் இளவயதுக்கே உரிய வாளிப்புத் திரும்பிவிட்டது. நல்ல அழகியான அவள் சீவிமுடித்துப் பொட்டிட்டுப் புனிதமாக இருந்தது இனத்தவர்க்கும், அயலவர்க்கும் பொறுக்கவில்லை. ஒருத்தி வாழ்வில் கெடவேண்டி நேரிட்டு விட்டால், சதா தன் முகத்தில் கரியைப் பூசிக்கொண்டு மூலைக்குள் அடைந்து கிடந்து வேதனைப்பட வேண்டுமென்று அவர்கள் எதிர்பார்த்தார்கள். ஆனால் முத்தம்மாவோ, காலப்போக்கிலே தன் அடைந்த வேதனையை மறந்து மீண்டும் சிரிப்பதற்கு முயன்றபோது அயலவர்கள் தாறுமாறாகப் பேசத் தொடங்கி விட்டனர். ஏற்கெனவே கெடுக்கப்பட்ட ஒரு இளம்பெண், அதுவும் தந்தையைத் தவிர வேறு நாதியற்றவள், சிரித்துச் சந்தோசமாக இருக்க முற்பட்டபோது மழைக் காளான்கள் போன்று பல கதைகள் முளைத்து நாற்றம் பரப்பின.

முத்தம்மா இந்த விசயங்கள் தெரியாமல், குழந்தையையும் தூக்கிக் கொண்டு குமாரபுரம் சித்திரவேலாயுதர் கோவில் திருவிழாவுக்குப் போய்விட்டாள். இளமங்கையான அவள், திருவிழாவுக்குப் போக ஆசைப்பட்டது தவறா? அல்லது அங்கு போகையில் தன்னை ஏதோ கொஞ்சமாவது அலங்கரித்துக் கொண்டது குற்றமா? ஊர்ப் பெண்கள்

வெகுண்டு எழுந்து விட்டார்கள். ஏதோ தங்கள் கற்பே பறிபோனதுபோல்! திருவிழாக் கூட்டத்தில், பெண்கள் மத்தியில் குழந்தைகளோடு தானும் ஒரு குழந்தையாய் இருந்துகொண்டு வாணவேடிக்கையைப் பார்த்துத் தனது முத்துப் பற்கள் தெரியச் சிரித்துவிட்டாள் முத்தம்மா. அவ்வளவுதான்!

ஏற்கெனவே மனம் புழுங்கிக் கொண்டிருந்த அக்கம் பக்கத்துப் பெண்கள், 'வம்பிலை ஒண்டு பெத்தது காணாமல், மற்றதுக்கும் ஆள்புடிக்க அலங்காரி வெளிக்கிட்டிட்டாள்' என்று முத்தம்மாவைத் தம் நெருப்புக் கொள்ளிகள் போன்ற நாக்குகளால் சுட்டுத் தீய்த்துவிட்டார்கள். அப் பெண்களின் சொல்லம்புகளின் கொடுமையைத் தாங்க முடியாது கண்ணீருங் கம்பலையுமாகத் தன் வீட்டை நோக்கிப் புறப்பட்டவளை மறுநாள் காலையில் பிணமாகத்தான் கண்டார்கள் அண்டை அயலிலுள்ள பத்தினிப் பெண்டிர்கள்.

அவளுடைய சாவு உமாபதியாரின் நெஞ்சிலே பெரியதொரு இடியாக விழுந்துவிட்டது. அந்தப் பேரிடியைத் தாங்க இயலாது அவரும் அப்பொழுதே போய்விட வேண்டுமென்றுதான் ஆசைப்பட்டார். ஆனால் முத்தம்மா விட்டுச் சென்ற அந்த இளங்குருத்து, தனது பிஞ்சுக் கரங்களினால் அவரைப் பிடித்திழுத்து, 'அப்பு! எணையப்பு! அம்மாவை எங்கை கொண்டு போகினம்?' என்று கல்லுங் கரையக் கேட்டபோதுதான் அவர் தான் வாழவேண்டிய அவசியத்தை உணர்ந்தார். வாழ்வில் எத்தனையோ அடிகளைத் தாங்கிக் கொண்ட அவர், இதையும் மௌனமாகத் தாங்கிக் கொண்டார்.

நடுச்சாமத்துக்கு மேலாகிவிட்ட இந்த நேரத்தில் வைத்தியம் சேனாதியர், உமாபதியின் பேத்தி பதஞ்சலியின் நிலை என்னவாகும் என்று யோசித்துக் கொண்டே மறுபுறம் திரும்பிப் படுத்துக் கொண்டார்.

10

பதஞ்சலி இனி என்ன செய்யப் போகின்றாள் என்ற வினா இன்னொரு நெஞ்சையும் குடைந்து கொண்டிருந்தது. ஒதியமலையிலிருந்து தண்ணிமுறிப்பை நோக்கிச் செல்லும் காட்டுப் பாதையில் நடந்து கொண்டிருந்த கதிராமனுடைய நெஞ்சுதான் அது!

பதஞ்சலி இனி என்ன செய்யப் போகின்றாள்? அப்பு! அப்பு! என்று சதா வாஞ்சையுடன் உமாபதியாரைச் சுற்றி வரும் அவள் இனி யாரை வாய்நிறைய அப்பு என்று அழைக்கப் போகின்றாள்? என்று அவனுடைய நெஞ்சு வேதனைப்படவே செய்தது. ஆனாலும் அந்த இருளோடு இருளாகக் கலந்து தண்ணிமுறிப்பை நோக்கி விரைந்து கொண்டிருந்த அவனுடைய முகத்தில் மட்டும் எந்த வேதனையும் தெரியவில்லை. அவனுக்குத் தனது வேதனையைக் காட்டிப் பழக்கமேயில்லை. நிலம் தெரியாத அந்த வேளையில் அவன் உமாபதியாரின் குடிசையை நெருங்கவும், பதஞ்சலியின் பரிதாபமான ஓலம் உயர்ந்து ஒலிக்கவும் சரியாகவிருந்தது.

'என்னை விட்டிட்டுப் போட்டியே என்ரை அப்பு!' என்று அழுத அவளுடைய கதறல் அவனது நெஞ்சை உருக்கியது. படலையைத் திறந்துகொண்டு அவன் உள்ளே போனதுதான் தாமதம், பாலியாரின் அணைப்பிலே கதறி அழுதுகொண்டிருந்த பதஞ்சலி, பாய்ந்து சென்று கதிராமனுடைய காலில் விழுந்து கோவென்று அலறினாள். கதிராமன், திண்ணையில் வளர்த்தியிருந்த உமாபதியாரின் சடலத்தையே அசையாது நோக்கினான். அங்கு வந்த நாள்முதல் அவனுடன் பற்பல வேலைகளில் பங்கெடுத்துக் கொண்ட அந்த உழைப்பாளியின் உடல் ஓய்ந்துபோய்க் கிடந்தது. அழுதழுது குரல் கம்மிப் போயிருந்த பதஞ்சலி, மேலும் அழமுடியாமல் சோர்ந்து போனாள். கலைந்த கூந்தலும் சிந்திய மூக்குமாக அவளைப் பார்க்கையில் பாலியாருக்கு வயிறு பற்றி எரிந்தது. 'இனி என்ன மோனை செய்யிறது? நாங்கள் இருக்கிறந்தானே, நீ

ஒண்டுக்கும் கவலைப்படாதை!' என்று அவள் பதஞ்சலியை அடிக்கடி ஆதரவோடு தேற்றிக் கொண்டாள். பிற்பகல் இரண்டு மணிக்கு மேலாயிற்று. குமுளமுனைக்குச் சென்ற கதிராமனும் பொருட்களுடன் திரும்பிவிட்டான். தண்ணீரூற்றுக்கு இழவுச் செய்தி கூறப் போயிருந்த மணியனும் வந்துவிட்டான். 'என்ன உமாபதியின்ரை ஆக்களுக்கெல்லாம் அறிவிச்சியே?' என்று மலையர் கேட்டபோது, 'ஓமப்பு! ஆனால் அவையள் வாற நோக்கத்தைக் காணேல்லை!' என்றான் மணியன். 'ம்ம்... சரி, சரி ... அப்ப பிறகேன் நாங்கள் வைச்சுப் பாத்துக் கொண்டிருப்பான்? பொழுது படக்கிடையிலை எல்லாத்தையும் முடிச்சுப் போடுவம்!' என்று கூறியபடியே அங்கு கூடியவர்களைப் பார்த்தார் மலையர். அவருடைய முடிவைக் காடியரும், அங்கு கூடியிருந்த மற்றவர்களும் ஆமோதிக்கவே விசயங்கள் துரிதமாக நிறைவேறின.

'பிரேதத்தைத் தூக்கிப் பாடையில் வைக்கும் போதுதான் தண்ணீரூற்றிலிருந்து இருவர் வந்தனர். அவர்களில் ஒருவர் உமாபதியாரின் ஒன்றுவிட்ட சகோதரர். மற்றவர் அங்கு அடிக்கடி வந்துபோகும் மம்மது காக்கா. தகனக் கிரியைகளை முடித்துக் கொண்டு அவர்கள் திரும்பி வருகையில் பொழுது சாய்ந்து விட்டது. இதற்குள் பாலியார் பதஞ்சலியை வாய்க்காலில் முழுகச் செய்து உடை மாற்றிக் கொள்ளச் சொல்லிவிட்டு, அன்றைய இரவுக்கான உணவைத் தயாரிப்பதற்காகத் தனது வீட்டுக்குச் சென்றுவிட்டாள்.

கதிராமனுடைய தம்பி ராசு பதஞ்சலியுடன் குடிசைக்குள் இருந்தான். அவனுடைய சின்ன உள்ளத்தில் தான் அந்தநேரம் பதஞ்சலியுடன் இருக்க வேண்டும் என்ற உணர்வு ஏற்பட்டதால் அவளுடன் பாயில் ஒண்டிக் கொண்டிருந்தான். எல்லையற்ற துன்பம் நேர்கையில் யாருடனாவது அணைந்து கொண்டிருப்பது உடலுக்கு மட்டுமல்ல உள்ளத்துக்கும் ஆறுதலாக இருப்பதுபோல், பதஞ்சலியும் ராசுவை அணைத்தவாறே அமர்ந்திருந்தாள். அவளது நினைவுகள் ஒவ்வொன்றும் உமாபதியாரையே சுற்றிச் சுற்றி வந்தன. அவர் உபயோகித்த பொருட்கள், அவர் அவளுக்கு ஆசையுடன் வாங்கிக் கொடுத்த பொருட்கள் என்பவற்றைப் பார்க்கையில் மீண்டும் அவளுடைய விழிகள் கண்ணீரினால் நிறைந்தன.

11

வெளியே முற்றத்தில் கோணாமலையர், காடியர், மம்மது காக்கா மற்றும் உமாபதியாரின் ஒன்றுவிட்ட சகோதரன் சிவசம்பு முதலியோர் கூடியிருந்து பேசிக் கொண்டிருந்தனர். பலதையும் பற்றிச் சுழன்ற பேச்சு கடைசியில் பதஞ்சலியில் வந்து நின்றது.

'அவளைக் கூட்டிக் கொண்டுபோய் ஒரு கலியாணம் முடிச்சு வைச்சிட்டியளே எண்டால் உங்கடை கடமையும் முடிஞ்சு போடும்!' மலையர் உமாபதியாரின் தம்பி சிவசம்புவைப் பார்த்துக் கூறினார். அதற்குப் பதில் எதுவும் கூறாமலே சிவசம்பு வெளியே தெரிந்த இருளைப் பார்த்துக் கொண்டிருந்தார். 'என்ன ஒண்டும் பறையாமல் இருக்கிறியள்?' என்று மலையர் மீண்டும் கேட்டதும், 'அவரு என்னத்தை மலையர் பறையிறது? அவருதானே இந்தப் புள்ளையைக் கூட்டிக்கொண்டு போவணும்! ஆனா அவரு.. தன்ரை பொண்டாட்டி என்ன சொல்லுவாவோ எண்டுதான் யோசிக்கிறாப் போலைகிடக்கு!' மம்மது காக்கா, வெற்றிலை பாக்கை உள்ளங்கையில் வைத்துப் பெருவிரலால் கசக்கியவாறே கூறினார். 'எட நல்ல கதை சொன்னாய் மம்மது! மனுசிக்காறி வேண்டாம் எண்டாப் போலை அவளை இந்தக் காட்டுக்கை விட்டிட்டுப் போறதே!' சிறிது சூடேறிய குரலில் கேட்டார் கோணாமலையர்.

சிவசம்பு உடனே, 'அதுக்கில்லை கோணாமலையண்ணை! என்ரை பெஞ்சாதிக்கும் நான் பொட்டையைக் கூட்டிக்கொண்டு போறது விருப்பந்தான்.. ஆனா.. இவளுக்கு நான் எங்கை மாப்பிளை தேடுறது? இவளை ஆர் முன்னுக்கு வந்து முடிக்கப் போறாங்கள்? உங்களுக்கு விசயமெல்லாம் தெரியுந்தானே!' என்று இழுத்தவாறே கூறினார். 'அதுக்கென்ன செய்யிறது சிவசம்பு! இதென்ன ஊர் உலகத்திலை நடக்காத விசயமே!' என்று மலையர் சொல்லவும், காடியர் ஒன்றும் புரியாமல் அவரைப் பார்த்தார்.

காடியர் யாழ்ப்பாணத்திலிருந்து உத்தியோகம் பார்க்கத் தண்ணிமுறிப்புக்கு வந்தவர். அவருக்கு உமாபதியாரின் குடும்ப விசயம் எதுவும் தெரியாது. அவருடைய சந்தேகத்தைக் கவனித்த மலையர், குரலைத் தணித்துக் கொண்டு, 'காடியரையா! உமாபதியின்ரை மோள் முத்தம்மாவுக்குத்தான் இந்தப் பொட்டை பிறந்தது.. ஆனா தேப்பன் ஆர் எண்டு தெரியாது!' என்று கூறி, 'இதுதான் விசயம்!' என முடித்தார்.

கதிராமனுக்கு இந்தச் செய்தி புதுமையாக இருந்தது. இருபத்திமூன்று வயதைக் கடந்துவிட்ட அவன் இப்போ ஒரு சின்னப் பையன் அல்ல. வாழ்க்கையில் தெரியவேண்டிய விசயங்கள் சில எல்லோருக்குமே அந்தந்த வயதில் எப்படியோ தெரியத்தான் செய்கின்றன. ஆனால் பதஞ்சலியின் தந்தை யாரென்று தெரியாத காரணத்தால் அவளை ஒருவரும் மணக்க முன்வரமாட்டார்கள் என்பதுதான் புதிராக இருந்தது. காட்டிலே வளர்ந்த அவனுக்குத் தெரியவேண்டியவை தெரிந்திருந்தாலும், தெரியக்கூடாத சில நாகரிகங்கள் இன்னமும் தெரியாமலேதான் இருந்தன. அவன் மெல்லத் திரும்பிக் குடிசையைக் கவனித்தான். பதஞ்சலி எந்தவித உணர்வுமின்றிப் பாயில் படுத்திருந்ததைக் கண்டதும், தனது தந்தை கூறிய அந்த விசயம் அவளுக்குக் கேட்கவில்லை என்பது அவனுக்குத் தெரிந்தது.

அன்று முழுவதும் கதிராமனும் ஒன்றுமே சாப்பிடவில்லை. இரண்டொரு தடவை தேனீர் மட்டும் குடித்திருந்தான். அவ்வளவுதான்! பதஞ்சலியின் அனாதரவான நிலையும், அவளுடைய சிறிய தகப்பன் அவளை அழைத்துச் செல்ல மனம் இல்லாதிருப்பதையும் கண்ட கதிராமனுக்குச் சாப்பிடவே மனம் வரவில்லை. எனவே அவன் ஒன்றுமே பேசாமல் குசினிக்குள் வந்து மடிக்குள் வைத்திருந்த புகையிலையை எடுத்துச் சுருட்டு ஒன்றைச் சுற்றத் தொடங்கினான். சிறியதொரு சுருட்டைச் சுற்றி அதை நெருப்புக் கொள்ளியால் பற்ற வைத்துக் கொண்டவன், 'எனக்கும் கொஞ்சம் தேத்தண்ணி தாணை' என்று தாயைக் கேட்டான். அவன் எப்போதுமே அதிகமாகப் பேசுவதில்லை. எனவேதான் பாலியார் அவனை மீண்டும் சாப்பிட வற்புறுத்தாமல் தேனீரை ஆற்றிக் கொடுத்தாள்.

அதேசமயம் பதஞ்சலியும் கதிராமனுடைய குரல் கேட்டு எழுந்து குசினிக்குள் வந்தாள். பெருமழையில் அகப்பட்ட செங்கீரைக் கன்றுபோல அவள் கசங்கிக் காணப்பட்டாள். அடுப்படியில் பாலியாரின் பக்கத்தில் அமர்ந்து கொண்டு அவள் கொடுத்த தேனீரை வாங்கி மெல்ல மெல்லக் குடிக்கத் தொடங்கினாள். இடையிடையே தன் அகன்ற விழிகளால் கதிராமனுடைய முகத்தை அளந்தவள், பாலியாரை நோக்கி, 'சிவசம்பர் என்னைக் கூட்டிக் கொண்டு போகவே வந்தவர் அம்மா?' என்று கரகரத்த குரலில் கேட்டாள். 'அப்பிடியெண்டுதான் கதைச்சினம். நீ அவரோடைதானே மோனை போகோணும்' என்று பாலியார் பதில் கூறியபோது ஒரு சில நிமிடங்கள் மௌனமாக இருந்த பதஞ்சலி, 'எங்கடை சொந்தக்காறரோடை போய் இருக்கிறதிலும் பாக்க எங்கையாவது ஆத்திலை குளத்திலை விழுந்து செத்துப் போறது நல்லது!' என்று குரல் தழுதழுக்கக் கூறினாள்.

அதன்பின்பு அங்கு ஒருவருமே பேசவில்லை. அவளுடைய அந்த வார்த்தைகள் அந்தச் சின்னக் குசினிக்குள் நின்று மீண்டும் மீண்டும் ஒலிப்பது போன்று கதிராமனுக்குத் தோன்றின. அவன் வெளியே இருளை ஊடுருவிப் பார்த்துக் கொண்டிருந்தான். ஒவ்வொரு தடவையும் அவன் சுருட்டை வாயில் வைத்து இழுக்கவும், அதன் தணல் பிரகாசமாக ஒளிர்ந்தது. அமைதியாக இருந்து இருளை வெறித்து நோக்கிய கதிராமனையும், தலையைக் குனிந்தவாறே அமர்ந்திருந்த பதஞ்சலியையும் மாறி மாறிப் பார்த்துவிட்டுத் தேனீரைக் குடித்தாள் பாலியார்.

கதிராமன் தங்களுடைய வீட்டுக்குச் சென்று குசினித் திண்ணையில் மான் தோலைப் போட்டுக் கொண்டு படுத்தான். அவனுக்கு நித்திரையே வரவில்லை. அமைதி நிறைந்த அந்த இரவில், காட்டிலிருந்து பழக்கமான பலவித ஒலிகள் கேட்டுக் கொண்டிருந்தன. சில் வண்டுகளின் இடையறாத ரீங்காரம், இடையிடையே மான்கள் குய்யிடும் ஒலி! இவற்றினிடையே இரவு முழுவதும் ஒற்றையாய்க் கூவும் இராக்குருவியின் ஓசை சோகம் நிறைந்ததாக அவனுடைய நெஞ்சை உருக்கியது. அதை அவன் வெகுநேரம் கேட்டுக் கொண்டேயிருந்தான்.

காட்டில் வாழும் விலங்குகளும் பறவைகளும் தத்தம் இனத்துடன் கூடி வாழும்போது, பதஞ்சலியை மட்டும் ஏன் அவளுடைய இனத்தவர்கள் சேர்த்துக் கொள்ள மறுக்கின்றார்கள் என்று அவன் சிந்தித்தான். தான் அவளை முரலிப் பழத்துக்குக் கூட்டிச் சென்றதும், பின்னொரு நாள் அவள் துடுக்குத்தனமாக பரிசொன்று கேட்டதற்குத் தான் தேன் தறித்துக் கொடுத்ததையும், உமாபதியாரின் சடலத்தைத் தூக்கிப் பாடைக்குள் வைக்கும்போது அவள் குலுங்கிக் குலுங்கி அழுததையும் எண்ணிக் கொண்டே அவன் தூங்கிப் போனான்.

பாலியாரின் அணைப்பில் படுத்திருந்த பதஞ்சலியின் விழிகள் இருட்டிலும் திறந்திருந்தன. அவள் தண்ணிமுறிப்புக்கு வந்தநாள் தொட்டு இன்பமாகக் கழித்த ஒவ்வொரு நாளையும், அவற்றின் இனிமையையும் நினைத்துக் கொண்டாள். தண்ணீரூற்றில் இருக்கும் தன்னுடைய உறவினரையிட்டு எண்ணுகையில், அவர்கள் தங்கள் வீட்டுக்கு வந்து போகாமல் இருந்ததையும், தன்னையும் உமாபதியாரையும் ஒதுக்கி நடத்தியதும் அவளுடைய நினைவுக்கு வந்தன.

அவள் பாடசாலைக்குச் சென்ற நாட்களில், ஒருநாள் யாருடைய புத்தகத்தை எடுத்துப் பார்த்துவிட்டாள் என்பதற்காக இவளை, மற்றச் சிறுமி ஏதோ சொல்லி ஏசியதும், மற்றப் பிள்ளைகள் எல்லாம் கைகொட்டிச் சிரித்துக் கேலிசெய்ய, தான் அழுது கொண்டே உமாபதியிடம் வந்ததும் அவர், 'நீ இந்தச் சனியன் புடிச்ச ஊரிலை இருக்கக் கூடாதம்மா! கொம்மாவைக் கொண்டதுபோலை உன்னையும் இவங்கள் கொல்லிப் போடுவாங்கள்!' என்று ஆத்திரத்துடன் ஏசிவிட்டு மறுநாளே தன்னைத் தண்ணிமுறிப்புக்குக் கூட்டி வந்ததும், மங்கலாக நினைவில் தெரிந்தன. தண்ணிமுறிப்பில் அவளை முதலில் கண்ட பாலியார், வாஞ்சையுடன் அவளைக் கூட்டிச் சென்று தேனும், தயிருமாகச் சோறிட்டதையும் அவள் நினைத்துக் கொண்டாள்.

பாலியாரைப்பற்றி எண்ணுகையில் அவளுடைய நெஞ்சில் பாசம் பெருக்கெடுத்தது. நெஞ்சு விம்மியது. அவள் இன்னமும்

நெருக்கமாய் பாலியாருடன் அணைந்து ஒண்டிக்கொண்டாள். நாள் முழுவதும் பல வேலைகளைச் செய்த அலுப்பில் தூங்கிப்போன பாலியார், அந்த நித்திரையிலுங்கூட, 'அழாதையம்மா!' என்றவாறே பதஞ்சலியை அணைத்துக் கொண்டாள். அந்த அரவணைப்பில் மகளேயில்லாத ஒரு தாயும், தாயே இல்லாத ஒரு மகளும் பரஸ்பரம் நிம்மதி அடைந்தவர்களாக உறங்கிப் போனார்கள்.

12

பொழுது விடிவதற்கு முன்பாகப் பாலியார் எழுந்து பதஞ்சலியையும் எழுப்பிவிட்டுத் தன்னுடைய வீட்டுக் காரியங்களைக் கவனிக்கப் புறப்பட்டு விட்டாள். அந்த வைகறைப் பொழுதிலேயே கதிராமன் பல் துலக்கியவாறு வாய்க்கால் ஓரத்தில் நின்று கொண்டிருந்தான். பாலியார் அவனைச் சமீபித்ததும், 'இஞ்சை நில்லணை ஒரு கதை!' என்றவன் தொடர்ந்து, 'பதஞ்சலியை சிவசம்பர் கூட்டிக் கொண்டுபோற எண்ணத்தைக் காணேல்லை. அப்பிடி அவர் கேட்டாலும் இவள் கூடிக்கொண்டு போவாள் எண்டு நான் நினைக்கேல்லை' என்று அமைதியாகக் கூறி நிறுத்தினான். பாலியாருக்குத் தன் மகனுடைய மனதில் உள்ளதும்;, அவன் என்ன சொல்லப் போகின்றான் என்பதும் நன்கு விளங்கின. இருப்பினும் அவள் எதுவும் போசாது அவனுடைய முகத்தைப் பார்த்தாள். 'நீ என்ன நினைக்கிறாய்?' என்று கதிராமன் தாயைக் கேட்டபோது, 'கொப்பு என்ன சொல்லுறார் எண்டு தெரியாது மோனை! எதுக்கும் நான் அவருக்குச் சொல்லிப் பாக்கிறன்' என்று கூறிவிட்டு அவள் தன்னுடைய அலுவல்களைக் கவனிக்கச் சென்றுவிட்டாள். அவள் பதில் கூறிய தோரணையில் பதஞ்சலியைத் தங்கள் வீட்டிற்குக் கூட்டிவரத் தாய்க்கும் விருப்பம் இருக்கிறது தெரிந்தது. ஆனால் மலையர்தான் இதையிட்டு என்ன சொல்வார் என்பதை அவனால் ஊகிக்க முடியவில்லை.

முதலில் அம்மா கேட்கட்டும், பிறகு பாப்பம் என்று தனக்குள் சொல்லிக் கொண்டவன் நெஞ்சில், ஒருவேளை பதஞ்சலி எல்லோருடைய வற்புறுத்தல்களுக்கும் இணங்கி சிவசம்பருடன் இன்றே போய்விடுவாளோ என்ற ஒரு இனம் புரியாத ஏக்கமும் பிறந்தது. ஆனால், கடந்த இரவு அவள் கூறிய வார்த்தைகளை மறுபடியும் நினைத்துப் பார்க்கையில், என்ன நடந்தாலும் அவள் தண்ணீரூற்றுக்குப் போகவே மாட்டாள் என அவனுடைய மனம் ஆறுதல் பட்டுக்கொண்டது. என்ன

நடந்தாலும் நடக்கட்டும், ஆனால் இந்த நிகழ்ச்சிகள் இங்கு நடக்கும்போது நான் இங்கு இருக்கக் கூடாது என்று நினைத்துக் கொண்டவனாய், அன்றைக்குக் காட்டுக்குச் செல்வதற்குத் தன்னைத் தயார் படுத்திக் கொண்டான்.

காலையில் பல அலுவல்களையும் ஓடியோடிச் செய்து கொண்டிருந்த பாலியாரின் நெஞ்சில் கதிராமன் கூறிய விசயந்தான் மேலோங்கி நின்றது. நல்லதொரு சமயமாகப் பார்த்துக் கணவனிடம் அதைக் கேட்க வேண்டுமென்று நினைத்தவளுக்கு மலையரை நினைத்தாலே வயிற்றில் புளியைக் கரைத்தது. எந்த நேரம் எதைச் சொல்வார், எதைச் செய்வார் என்று அவரைப்பற்றி நிச்சயமாகக் கூறமுடியாது. இவ்வளவு காலத் தாம்பத்ய வாழ்க்கையிலும் அவளால் அவரைப் புரிந்துகொள்ள முடியவில்லை. அவள் புரிந்து கொள்ளவும் முயற்சிக்கவில்லை. கணவனுக்கும், பிள்ளைகளுக்கும் பணிவிடை செய்வதும், நாளாந்தக் கருமங்களில் ஈடுபடுவதுமாக இருந்த அவளுக்கு, தனக்கொரு மகளில்லையே என்ற ஒரு கவலையைத் தவிர வேறு பிரச்சனைகளே இருந்ததில்லை. பதஞ்சலி தண்ணிமுறிப்புக்கு வந்தபின் அதுவும் நீங்கிவிட்டிருந்தது. இப்போது அவளுக்கென்று ஒரு ஆசை பிறந்திருந்தது. ஆனால் தன் கணவன் என்ன சொல்வாரோ என உள்ளுக்குள் பயந்து கொண்டே இருந்தாள். பாலியார்.

வேலைகளை முடித்துக் கொண்டு பதஞ்சலியின் வீட்டுக்குப் பாலியார் சென்றபோது, அங்கு சிவசம்பர், மம்மது காக்கா, மலையர் முதலியோர் அமர்ந்திருக்க, பதஞ்சலி வீடு வாசலைப் பெருக்கிவிட்டு அடுப்பைப் பற்ற வைத்துக் கொண்டிருந்தாள். மனைவியைக் கண்ட மலையர், 'கெதியிலை பொட்டையை வெளிக்கிடச் சொல்லன்! சிவசம்புவோடை கூடிக்கொண்டு போகட்டும்!' என்று கூறிவிட்டு, சிவசம்பரைப் பார்த்து,'என்ன? வண்டிலைப் பூட்டச் சொல்லட்டே?' என்று கேட்டார்.

இதற்குள் குசினிக்குள்ளிருந்து வெளியே வந்த பதஞ்சலி, 'நான் ஒருதரோடும் போகேல்லையம்மா. நான் இஞ்சை இந்த வளவிலைதான் இருக்கப் போறன்!' என்று கண்கள் கலங்கக் கூறினாள். 'நல்ல விளையாட்டு! ஒரு குமர் தனியச்

அ. பாலமனோகரன் - 55

சீவிக்கிறதெண்டால் முடிஞ்ச காரியமே? விசர்க் கதையை விட்டிட்டு வெளிக்கிடு புள்ளை!' என்று மலையர் கூறவும், பதஞ்சலி விக்கி விக்கி அழத் தொடங்கி விட்டாள். சிவசம்பரும் இதுதான் தருணமென, 'எனக்கு அப்பவே இவளைக் கூட்டிக்கொண்டு போக மனமில்லை! வரமாட்டன் எண்டு நாண்டு கொண்டு நிக்கிறவளை நான் என்னெண்டு கூட்டிக் கொண்டு போறது? எல்லாம் உன்னாலை வந்த கரைச்சல்! செத்தவீட்டுக்கும் வரமாட்டன் எண்ட என்னை இழுத்துக் கொண்டு வந்திட்டாய்!' என்று மம்மது காக்காவைக் காரசாரமாக ஏசியவாறே சிவசம்பர் படலையைத் திறந்துகொண்டு குமுளமுனையை நோக்கி நடந்தார்.

மம்மது காக்காவுக்கு என்ன சொல்வதென்றே தெரியவில்லை. தெருவில் கோபமாகச் செல்லும் சிவசம்புவையும், குடிசைத் திண்ணையில் இருந்து அழும் பதஞ்சலியையும் மலையர் பார்த்தார். பின் எழுந்து நின்றுகொண்டே தன் மனைவியைப் பார்த்து, 'நீதான் இந்தப் பொட்டைக்கு நல்ல புத்தியைச் சொல்லு! நாங்கள் எண்டாலும் நாளைக்கு இவளைக் கூட்டிக்கொண்டு போய் தண்ணியூத்திலை விட்டிட்டு வருவம்!' என்று கூறிவிட்டு, 'நீயும் போய் சிவசம்பனுக்குச் சொல்லு! இரண்டொருநாள் கழிச்சுக் கூட்டி வாறமெண்டு!' மலையர் நிதானமாகக் கூறிவிட்டுத் தன்னுடைய வளவை நோக்கி நடந்தார். மம்மது காக்காவும் தன்னுடைய சைக்கிளை எடுத்துக் கொண்டு குமுளமுனையை நோக்கிச் செல்லும் அந்தச் செம்மண் பாதையில் இறங்கினார்.

உமாபதி இறந்தபோது, பதஞ்சலி அவரின் பிரிவைத் தாங்க முடியாது அழுதாளே ஒழிய தன்னுடைய எதிர்காலம் என்ன? நான் இனி என்ன செய்யப் போகின்றேன்? என்பன பற்றி அவள் அதிகம் ஆழமாகச் சிந்திக்கவில்லை. ஆனால் அந்தப் பிரச்சனை தற்போது உடன் பதில் காணவேண்டியதொரு வினாவாக இருக்கவே அவள் குழம்பிப் போனாள். அவளால் தனது இனத்தவர்களுடன் போய்த் தங்குவதை எண்ணிப் பார்க்கக்கூட வெறுப்பாக இருந்தது. இந்தச் சின்னக் குடிசையிலேயே நான் வாழ்ந்தால்தான் என்ன?

பாலியாரின் துணை அவளுக்கு என்றுமே இருக்குமல்லவா? என்றெல்லாம் அவள் குழந்தைத்தனமாக எண்ணினாள். மெல்ல மெல்ல அந்தக் குழந்தைத்தனமான நினைவே, ஆதாரம் எதுவுமில்லாமல் தத்தளித்த அவளுக்கு, ஆரம்பத்தில் ஒரு சிறிய பற்றுக்கோடாகிப் பின்னர் அதுவே அவளுடைய தீர்க்கமான முடிவாயும் போயிற்று.

பாலியாரின் நிலையோ பெரிய சங்கடத்துக்கு உள்ளாகிவிட்டது. பதஞ்சலியைத் தன் மருமகளாக்கித் தன்னுடனேயே வைத்துக் கொள்ள வேண்டுமென்ற ஆசை அவளுக்கு இன்று நேற்று ஏற்பட்டதல்ல. ஆனால், இந்த ஆசை நிறைவேறுவதற்கு மலையரின் சம்மதம் கிடைக்குமா என்பது பெரும் சந்தேகமாக இருந்தது. எனவே அவள் தன்னுடைய ஆசையை மனதில் மூடிவைத்துக் கொண்டு, வயதான ஒரு தாய், இளம் பெண்ணொருத்திக்குச் சொல்லவேண்டிய புத்திமதிகளைப் பதஞ்சலிக்குக் கூறிக் கொண்டிருந்தாள். 'ஒரு குமர்ப்பெண், ஒருத்தற்றை துணையுமில்லாமல் தனிய, அதுவும் இந்தக் காட்டுக்கை சீவிக்க முடியாதம்மா! நீ இப்போதைக்குக் கொஞ்ச நாளைக்கெண்டாலும் உன்ரை ஆக்களோடை இருக்கிறதுதான் நல்லது மோனை!' என்று அவள் அன்பொழுகச் சொன்னபோது, 'என்ரை ஆக்களெண்டு ஆரம்மா எனக்கு இருக்கினம்? இஞ்சை இந்த வளவுக்கை நிக்கிற வாழையளும், பயிர்கொடியும் தானம்மா எனக்கிப்ப சொந்தக்காறர்! நான் இஞ்சை இருக்காமல் வேறை எங்கையம்மா போவன்!' என்று கல்லுங்கனியப் பதஞ்சலி கேட்டபோது, பாலியாருக்குக் கரகரவென்று கண்களில் நீர் வந்துவிட்டது. வாழ்க்கை அனுபவத்தை நிறையப் பெற்றிருந்த பாலியார், 'அதுசரி மோனை, நீ உன்ரை வயித்துப் பாட்டுக்கு என்ன செய்வாய்?' என்று பிரச்சனையைக் கிளப்பினாள்.

இதைக் கேட்ட பதஞ்சலியின் முகத்தில் தானாகவே ஒரு துணிவும், கம்பீரமும் ஏற்பட்டன. 'எங்கடை இந்த வளவுத் தோட்டம் என்ரை தேவைக்குக் காணும்! அதோடை களை புடுங்கவும், அருவி வெட்டவும் எனக்குத் தெரியாதெண்டு நினைச்சியளே!' பதஞ்சலி வீராப்புடன் பேசினாள். உண்மையிலேயே இந்த வேலைகளிலெல்லாம் பதஞ்சலி

கெட்டிக்காரிதான். அவள் கைதொட்டது துலங்கும். அறுவடைக்கு வயலுக்குச் சென்றால் ஆண்களுக்குச் சமமாகவே அறுத்துக் குவிப்பாள். உமாபதியார் அவளை இந்த வேலைகளைச் செய்ய விடுவதில்லை அல்லாது அவளுக்கு இந்த வேலைகள் தெரியாது என்றல்ல. இது பாலியாருக்கு மட்டுமல்ல மற்றவர்களுக்கும் தெரிந்த விசயம்.

இவ்வாறு பாலியார் ஒவ்வொரு காரணத்தைக் கூற பதஞ்சலி அதற்கு நியாயங்கள் காட்டித் தன் கட்சியைப் பலப்படுத்திக் கொண்டே வந்தாள். பாலியாருடைய மனதில், பதஞ்சலி தண்ணீரூற்றுக்குப் போகவேண்டும் என்ற எண்ணம் திண்ணமாக இல்லாததால், அவள் பதஞ்சலியிடம் தோற்றுப் போனாள். ஆனால் அவள் இப்போதுங்கூடப் பதஞ்சலியிடம், 'நீ எங்கடை வீட்டிலை வந்திருமோனை!' என்று அழைக்கவில்லை. அவளுக்கு உண்மையிலேயே அந்த விருப்பம் இருந்தும், மலையர் என்ன சொல்வாரோ என்ற அச்சத்தில் அவள் அப்படிக் கேட்கவில்லை. மானஸ்தனான உமாபதி வளர்த்த பெண்ணாகையால், பதஞ்சலியும் தன்னுடைய குடிசையில் வாழவேண்டுமென்று நினைத்தாளே அன்றி, வேறெங்கும் ஆதரவு தேடிப்போகும் எண்ணமே அவளுடைய இளநெஞ்சில் ஏற்படவில்லை. அவளுடைய முடிவை மாற்ற முடியாது என்று கண்ட பாலியார், உண்மையில் மகிழ்ச்சி நிறைந்தவளாகத்தான் அவளுடைய வீட்டுக்குப் புறப்பட்டாள்.

இந்நேரம் தண்ணிமுறிப்புக் காட்டில் வெகுதூரம் சென்றுவிட்ட கதிராமன், என்றுமில்லாத வேகத்துடன் செடிகளையும், கொடிகளையும் விலக்கிவிட்டவாறு காடேறிக் கொண்டிருந்தான். அவனுடைய நாய்களிரண்டும் மோப்பம் பிடித்தவாறே காடுலாவிச் சென்று கொண்டிருந்தன.

திடீரென்று நாய்களின் குரைப்பும், ஏதோவொரு மிருகத்தை அவை பிடித்துவிட்ட அமளியும் கேட்கவே, கதிராமன் அந்தத் திசையை நோக்கிக் கோடரியுடன் ஓடினான். அங்கே, அவன் வழக்கத்துக்கு மாறான ஒரு காட்சியைக் கண்டு ஆச்சரியப்பட்டுப் போனான்.

வழக்கத்தில் மான்கள், நாய்கள் வருவதை அறிந்ததும் புகையென மறைந்துவிடும்! ஆனால், இன்றோ ஒரு பெண்மான் ஓட முயற்சிக்காமல் தனது முன்னங்கால்களை மடித்துக் கூர்மையான குளம்புகளால் நாய்களை எதிர்த்துக் கொண்டு நின்றது.

காட்டிலே கரடியைக்கூட மடக்கிவிடும் அந்த வேட்டை நாய்களுக்கு இந்தப் பெட்டைமான் எந்த மூலைக்கு? அவனைக் கண்டதும் அவை மீண்டும் ஆவேசத்துடன் மானின்மேல் பாய்ந்தன. ஒன்று அதன் கழுத்தைக் கடித்துக் குதற, மற்றது அதன் பின்னங்கால் தொடையைக் கவ்விக் கிழித்தது. இரண்டு நாய்களினதும் கோரப் பிடியில் சிக்கிக்கொண்ட மானுடைய உடல் பிய்ந்து இரத்தம் பெருக்கெடுத்தது. மான் சோர்ந்து கொண்டே போவதை உணர்ந்த நாய்கள் மேலும் வேகுரத்துடன் பாய்ந்தன. கதிராமன், மானின் தலையில் கோடரியால் அடித்ததும் அதன் வேதனைகளெல்லாம் சட்டென்று நின்றுபோனது போல் அடங்கி உயிரை விட்டது. அதனருகில் குந்தியிருந்து கவனித்தான் கதிராமன். மானுடைய மடி பெரிதாகக் காணப்பட்டது. ஒரு முலைக்காம்பைப் பிடித்துப் பிதுக்கியதும் பால் பீறிட்டு வெளிவந்து அவனுடைய விரல்களை நனைத்தது. அட! ஊட்டுக்குட்டி போலை! என்று சொல்லிக் கொண்டவன் எழுந்து நின்று நாய்களை, இரு பேசாமல்! என்று அதட்டினான்.

நாய்களை அடக்கி இருத்திய கதிராமன், மானுடைய காலடித் தடங்களைப் பின்பற்றிச் சென்றான்.

அவன் பாடசாலையிலே எழுதப் படிக்கக் கற்றதில்லை. ஆனால் காட்டில் காணப்படும் ஒவ்வொரு காலடிச் சுவடுகளும், தடயங்களும் அவனுக்கு அட்சரங்கள், சொற்கள் போன்றவைதான்! அவற்றைப் பார்த்ததுமே அவற்றின் பொருள் அவனுக்குப் புரிந்துவிடும்! இங்கே நிற்கும் போதுதான் மான், நாய்கள் வருவதை அறிந்திருக்கிறது, இந்த இடத்தில்தான் அது நாய்களை நோக்கி ஓடியிருக்கிறது என்று பார்த்துக் கொண்டே சென்றவன், சற்றுத் தூரத்தில் தெரிந்த ஒரு அடர்ந்த புதரைக் கவனித்துவிட்டு, சந்தடி எதுவுமின்றிப் பதுங்கி முன்னேறினான்.

அந்த நிமிடம் கதிராமனைப் பார்ப்பவர்கள் அவனை ஒரு காட்டு விலங்கு என்றே எண்ணுவார்கள். அவனுடைய கருமையான நிறமும், அங்க அசைவுகளும் அவனைக் காட்டோடு காட்டாகவே காட்டின. அந்தப் புதர் அருகிற் சென்று மெல்ல எட்டிப் பார்த்தவன், கவனமாகக் கைகளை நீட்டி அந்த மான்குட்டியைப் பிடித்தான்.

மான் குட்டியைக் கதிராமன் தூக்கியதும், வெளியுலகம் சரியாகத் தெரியாத அந்தச் சின்னஞ்சிறு மான்குட்டி அவனைத் தன் நீண்ட விழிகளால் மருட்சியுடன் பார்த்து மலங்க மலங்க விழித்தது. அதைத் தன் நெஞ்சோடு சேர்த்து அணைத்துக் கொண்ட கதிராமனுக்கு அதன் நெஞ்சு படபடவென்று அடித்துக் கொள்வது கேட்டது. அந்தக் குட்டியின் கள்ளமற்ற தன்மையையும், ஆதரவற்ற நிலையையுங் கண்ட அவனுக்குப் பதஞ்சலியின் நினைவுதான் சட்டென்று வந்தது. ஏதோ எண்ணியவனாக அதைத் தன்னுடைய முகத்தோடு சேர்த்தணைத்துக் கொஞ்சினான் அவன். இரண்டொரு தடவை அங்குமிங்கும் பார்த்துவிட்டு அந்த மான்குட்டியும் அவனுடைய மார்போடு ஒண்டிக் கொண்டது.

கதிராமனுக்கு அப்போதே போய்ப் பதஞ்சலியைக் காணவேண்டும், தாயை இழந்த மான்குட்டியைப் போல நிற்கதியாய் நிற்கும் அவளைத் தன் கைகளுக்குள் வைத்து நெஞ்சுடன் சேர்த்தணைத்துக் கொள்ள வேண்டுமென்ற வேகம் ஏற்படவே, மான்குட்டியுடன் புறப்பட்டான். அவனைப் பின்தொடர்ந்தன நாய்கள் இரண்டும்.

13

கோணாமலையர் தன் வீட்டு முற்றத்தில் உட்கார்ந்தவாறே, ஒரு கூர்மையான கத்தியால், ரோமம் அகற்றிய பெட்டைமான் தோல்களை மெல்லிய நாடாக்களாக வார்ந்து கொண்டிருந்தார். இப்படி வார்ந்தெடுத்த நாடாக்களைக் கொண்டுதான், குழுமாடு பிடிப்பதற்குப் பயன்படுத்தும் வார்க்கயிற்றைத் திரிப்பார்கள். மலையரின் அனுபவமிக்க கைகள் கச்சிதமாகத் தோலை வார்ந்து கொண்டிருக்க, அவருடைய மனது மட்டும் வேறொரு விசயமொன்றைத் தீவிரமாகச் சிந்தித்துக் கொண்டிருந்தது.

தண்ணிமுறிப்பு இப்போ ஒரு சிறிய காட்டுக் கிராமம் அல்ல. குளக்கட்டு உயர்த்தப்பட்டுத் திருத்தி அமைக்கப்பட்டபோது, அதன் கீழ்க் கிடந்த காடுகள், அந்தக் காரியாதிகாரி பிரிவிலுள்ள கிராமத்தவர்க்குப் பகிர்ந்தளிக்கப்பட்டதைத் தொடர்ந்து காடுகள் மறைந்து கழனிகளாகி விட்டிருந்தன. சமுத்திரம்போல் நீரைத் தேக்கிக் கொண்டிருந்த அந்தக் குளத்திலிருந்து இடையறாது தண்ணீர் பாய்ந்து கொண்டிருந்தது. வளமான மண்ணும், நீர் வசதியும் இருந்ததால் வயல்களில் பொன் விளைந்திருந்தது. அந்தப் பொன்விளையும் பூமியை நோக்கிப் பலர் வந்தனர். வயல்களில் சதா ஒன்றுமாற்றி ஒன்றாக வேலைகள் நடந்து கொண்டிருந்தன. உழ, சூடடிப்புப் போன்ற பல வேலைகளுக்கும் அதிகமானோர் உழவு இயந்திரங்களையே உபயோகித்தனர். மலையரிடம் உழவு முதலிய வேலைகள் எல்லாவற்றுக்கும் உதவும் எருமைக் கடாக்கள் இருந்தாலும், தானும் ஒரு உழவு இயந்திரம் வைத்திருக்க வேண்டுமென்று அவருக்கு வெகுநாட்களாகவே ஆசை ஏற்பட்டிருந்தது.

அவரிடம் ஓரளவு மாடு கன்று செல்வம் இருந்தாலும், இப்போது பதினைந்தோ இருபதினாயிரமோ கொடுத்து ஒரு நல்ல உழவு இயந்திரத்தை வாங்குவதற்கு அவரால் முடியவில்லை. இந்த ஆசை ஏற்பட்டிருந்த போதுதான் மம்மது காக்கா, குமுளமுனைச் சிதம்பரியாரின் மகளைப்

பற்றிய வார்த்தையைப் பற்றிக் கூறியிருந்தார். சிதம்பரியாரின் பெண்ணைவிட, அவர் சீதனமாகக் கொடுக்கவிருந்த உழவு இயந்திரத்தைப் பற்றித்தான் கோணாமலையர் கூடுதலாக விரும்பினார். கதிராமனுடைய சிறந்த குணங்களும், அயராத உழைப்பும் அக்கம் பக்கமெல்லாம் பரவியிருந்த காரணத்தினாற்றான், கொஞ்சம் பசையுள்ள குமுளமுனைச் சிதம்பரியாரும் மலையரைச் சம்பந்தியாக்கிக் கொள்வதற்கு விருப்பம் தெரிவித்திருந்தார்.

சில நாட்களாகவே கதிராமனுடைய போக்கு மலையருக்கு எரிச்சலை ஏற்படுத்தியிருந்தது. அதற்குத் தூபம் போடுவது போலவே காடியரும், 'கதிராமனும் அந்தப் பொட்டையும் கண்டபடி காடுவழிய திரியிறது அவ்வளவு வடிவாயில்லை மலையர்' என்று பேச்சுவாக்கில் குறிப்பிட்டிருந்தார்.

இதற்கெல்லாம் சிகரம் வைப்பதுபோல், உமாபதிக்குப் பாம்பு கடித்தபோது, கதிராமன் விழுந்தடித்துக் கொண்டு ஒதியமலைக்கு ஓடியதும், அவன் அங்கிருந்து திரும்பியபோது பதஞ்சலி அவனுடைய காலைப் பிடித்துக் கொண்டு கதறியதும், மலையர் மனதில் ஏற்பட்டிருந்த எரிச்சலை அதிகமாக்கி இருந்தது. அதன் காரணமாகவே மலையர் மிகவும் முயற்சி செய்து பதஞ்சலியை, சிவசம்பரோடு அனுப்ப முயன்றார். ஆனால் அந்த முயற்சி உடனடியாகப் பலனளிக்காது போகவே, அவருடைய எரிச்சல் சினமாக மாறிக் கொதித்துக் கொண்டிருந்தது.

கோணாமலையர் கோபமடைந்திருந்தால் அவருடைய முகம் விகாரப்பட்டுப் போகும். அவருடைய முகம் விகாரமடைந்திருந்த வேளையிற்றான், பதஞ்சலி வீட்டிலிருந்து பாலியார் வந்தாள்.

அவளைக் கண்டதும், 'என்னவாம் சொல்லுறாள் அந்தப் பொட்டை?' என்று சற்றுச் சூடாகவே கேட்டார் மலையர். பாலியார் மிகவும் வினயமாக, 'அவள் இப்ப அழுது கொண்டிருக்கிறாள். பின்னேரமாய்ச் சொல்லிப் பாக்கிறன்!' என்று கூறிவிட்டுத் தன்னுடைய வேலைகளைக் கவனிக்க ஆரம்பித்து விட்டாள்.

பதஞ்சலியின் பேச்சை எடுப்பதற்கு இந்த நேரத்தைவிடக் கூடாத வேளை வேறெதுவும் இல்லையென்பது அவளுக்குத் தெரிந்துவிட்டது. அவளுடைய பதிலைக் கேட்ட மலையர், 'உம்......' என்று உறுமிவிட்டு, மீண்டும் தோலை வாரத் தொடங்கினார்.

14

பதஞ்சலியின் குடிசைக்குப் பின்புறமாக இருந்த காட்டினூடாக வந்து வெளிப்பட்ட கதிராமன், வேலியருகில் நின்று அவளுடைய குடிசையைக் கவனித்தான். அங்கு பதஞ்சலியைக் காணவில்லை. அடுப்பு புகைகின்ற சிலமனில்லை. பதஞ்சலி தண்ணீரூற்றுக்குப் போய்விட்டாளோ என்று நினைத்தபோது, அவனுடைய மனம் சோர்ந்து விட்டது. மான்குட்டியைக் கையில் அணைத்தவாறே அவன் வேலியைக் கடந்து, பதஞ்சலியின் குடிசைக்கு முன்னால் வந்து நின்றான். குடிசையின் கதவு திறந்து கிடந்தது. உள்ளே நோக்கினான். பதஞ்சலி ஒரு மூலையில் படுத்திருந்ததைக் கண்டதும், அவனுடைய நெஞ்சு குளிர்ந்தது. பதஞ்சலி! என மெதுவாக அழைத்தான்.

மான்குட்டிபோல் துள்ளித் திரிந்தவள், இன்று அடங்கிப் போயிருந்ததைக் காண்கையில் அவனுடைய மனம் வேதனைப்பட்டது. இந்தா பதஞ்சலி! என்று தான் கொண்டுவந்த மான்குட்டியை அவளிடம் நீட்டினான். மான்குட்டியைக் கண்ட பதஞ்சலியின் விழிகள் அகன்றன. ஆசையுடன் அதனை வாங்கித் தன் மடியில் வைத்துக் கொஞ்சினாள். அவளுடைய இயல்பே அதுதான். தனக்கு ஏற்பட்டிருந்த பெருந்துன்பத்தையும் மறந்து, மான்குட்டியை வருடிக் கொடுத்து, அதனுடன் செல்லமாகப் பேசவும் முற்பட்டாள். அவளுடைய மாற்றத்தைக் கண்டு மகிழ்ந்த கதிராமன், 'நான் வீட்டை போய் பால் எடுத்து வாறன் மான்குட்டிக்குப் பருக்க!' என்று கூறிவிட்டு உற்சாகமாகத் தனது வீட்டை நோக்கி நடந்தான்.

15

கோணாமலையர் எந்த விசயத்தையிட்டு மனதில் கொதித்துக் கொண்டிருந்தாரோ, அதற்கு மேலும் தூபமிடுவதுபோல பதஞ்சலியின் குடிசையிலிருந்து கதிராமன் வெளியே வருவது, முற்றத்திலே உட்கார்ந்திருந்த அவருக்குத் தெரிந்தது. அவருக்குக் கோபம் பற்றிக்கொண்டு வந்தது. காட்டுக்குப் போனவன் நேரே இங்கே வாறதுக்கு ஏன் அந்த வம்பிலை பிறந்தவளிட்டைப் போட்டு வாறான்! என்று மலையர் மனம் புழுங்கினார். கதிராமன் எதிரில் வந்தபோது, அவனுடைய முகத்தில் அடித்தாற்போல் எரிந்து விழுந்தார். மனதில் பதஞ்சலியைப் பற்றிய இன்ப நினைவுகளுடன் வந்தவனுக்கு, அவள்மேல் வீண்வசை சொல்லிப் பேசியது அவனுடைய நெஞ்சில் என்றுமில்லாத ஆத்திரத்தை ஏற்படுத்தியது. தந்தையை எதிர்த்து எந்தச் சந்தர்ப்பத்திலும் ஒரு வார்த்தை பேசாத கதிராமன், ஒன்றுமே கூறாது தலையைக் குனிந்து கொண்டே வீட்டுப் பக்கம் போனான்.

'நான் ஒருத்தன் கேக்கிறன், அவர் பெரிய துரைமாதிரிப் போறார்! வாடா இஞ்சாலை பொறுக்கி!' என்று சினம் கொப்பளிக்கக் கோணாமலையர் கூறியதும், பாலியாருக்கு வயிற்றைப் பிசைந்தது. இருந்தும், 'விடிய வெள்ளெண க் காட்டிலை போனவன் இப்பான் வாறான், அவனை ஏன் பேசிறியள்?' என்று மகன்மேல் சென்ற அவருடைய கோபத்தைத் தன்மேல் திசைதிருப்ப முயன்றாள் பாலியார். 'பொத்தடி வாயை! எனக்கு படிப்பிக்க வெளிக்கிடுறியோ?' என்று பக்கத்தில் கிடந்த உழவன் கேட்டியையும் எடுத்துக் கொண்டு எழுந்து நின்றார் மலையர். சிறிது சிறிதாக மூண்டு தகித்துக் கொண்டிருந்த அவருடைய ஆத்திரம் அவருடைய முகத்தில் கொழுந்துவிட்டு எரிந்தது. நெடிதுயர்ந்த அவருடைய கரிய உடல் ஆத்திரத்தால் படபடத்தது. அவருக்குக் கோபம் வந்துவிட்டால் யாரையும் அடித்து நொறுக்கினால்தான் அது அடங்கும். தோளுக்குமேல்

வளர்ந்துவிட்ட மகனை அவர் அடிப்பதிலும் தன்னை அடித்து நொறுக்குவது எவ்வளவோ மேல் எனப் பாலியார் நினைத்தாலும் உருத்திரமூர்த்தியாய் நிற்கும் மலையரைக் காண அவளுடைய உடல் பயத்தால் நடுங்கியது. 'தாயும் மோனுமாய் சேர்ந்துகொண்டு குடியைக் கெடுக்கப் பாக்கிறியள் என்ன ?' என்று ஆவேசமாகக் கேட்டவாறு பாலியாரைத் துவரம் கேட்டியால் மூர்க்கத்தனமாக விளாசிவிட்டார் மலையர்.

தன் கண் முன்னாலேயே தாயை அடிப்பதைக் கதிராமனால் பொறுக்க முடியவில்லை. 'இப்ப அம்மா என்ன செய்ததுக்கு அவவைப் போட்டுக் கொல்லுறியள் ?' என்று அவன் குறுக்கிட்டபோது, அவன் மேல் பாய முற்பட்டார் மலையர். 'என்னை என்னண்டாலும் செய்யுங்கோ ! அவனை அடியாதையுங்கோ !' என்று கணவனுடைய காலைப் பிடித்துக் கொண்டு கதறினாள் பாலியார். ஆத்திரத்தில் உடல் படபடத்த நிலையில் பாலியாரின் பிடியை விலக்கிக் கொண்டு போக மலையரினால் முடியவில்லை. உடல் பதற, 'இப்பவே இந்த வளவாலை வெளியிலை போடா நாயே ! போய் அந்த வம்பிலை பிறந்தவளைக் கலியாணம் முடிச்சுக் கொண்டு அவளோடை இருடா பொறுக்கி !' என்று சிங்கம் போலக் கர்ச்சித்தார் மலையர். அவர் இப்படிப் பேசியபோதும் கதிராமன் அந்த இடத்தைவிட்டு அசையவில்லை. அவனுடைய மனதில் அவமானமும், ஆத்திரமும் குமுறிக் கொண்டு எழுந்தன. கதிராமனுடைய முகத்தைக் கவனித்த மலையர், 'என்னடா ஒருமாதிரி முழிசிப் பாக்கிறாய் ? இவனை இண்டைக்குக் கொல்லிப் போட்டுத்தான் மற்ற வேலை !' என்று ஆக்ரோசமாகக் கூவியவாறே கையிலிருந்த கேட்டியால், தனது கால்களைப் பற்றியிருந்த பாலியாரின் முதுகில் தாறுமாறாக விளாசினார்.

உக்கிரமமாக விழுந்த ஒவ்வொரு அடியையும் தாங்க முடியாது பாலியார் துடித்துப் போனாள். அந்த நிலையிலும் அவள் தன் மகனைக் கோணாமலையரின் கோபத்திலிருந்து காப்பாற்ற வேண்டும் என்பதற்காக, 'நீ ஏன்ரா வளவாலை வெளிக்கிடச் சொன்னதுக்கு பிறகும் இஞ்சை நிக்கிறாய் ? போடா வெளியிலை ! இந்த வீட்டு முத்தம் நீ ஒருநாளும் மிதிக்கக் கூடாது !' என்று அழுகையும், ஆத்திரமுமாகக் கூவினாள்.

அவளுடைய வார்த்தைகளைக் கேட்கக் கதிராமனுடைய கண்களில் இரத்தம் வடிந்தது. இன்னமும் ஒரு வினாடி தான் அங்கு தாமதித்தாலும் அவர், தன் தாயைக் கொன்றே விடுவார் என்ற எண்ணத்தில் கதிராமன் அங்கிருந்து வெளியேறினான்.

'இண்டைக்கு வெளிக்கிட்டவன் செத்துப் போனான் எண்டு நினைச்சுக் கொள்ளுங்கோ! இந்த வளவிலை உள்ள ஆரெண்டாலும் அவனோடை கதைபேச்சு உறவுகிறவு ஏதும் வைச்சியளோ நான் பிறகு மனிசனாய் இருக்க மாட்டன்!' என்று மலையர் பேசிவிட்டுச் சுருட்டைச் சுற்றவாரம்பித்தார். வெகுநேரம் வரையிலும் அவருடைய படபடப்பும் ஆத்திரமும் தீர்ந்தபாடில்லை.

அடியின் வேதனையில் முற்றத்தில் கிடந்து துடித்துப்போன பாலியார், மெல்ல எழுந்து குசினிக்குள் போய் இருந்து கொண்டாள். எத்தனையோ முறைகளில் சிறுசிறு விசயங்களுக்கெல்லாம் தாறுமாறாகக் கணவனிடம் அடி வாங்கியிருந்த அவளுக்கு இந்த வேதனை புதியதல்ல. ஆனால், இன்று வீட்டைவிட்டுப் போய்விட்ட கதிராமன் மறுபடியும் இந்த வீட்டு முற்றம் மிதிக்க மாட்டான். தன் குலம் தழைக்கப் பிறந்த அந்த மூத்த மகன் இனிமேல் தன்னிடம் வரவே மாட்டான் என்று எண்ணுகையில் அவளுடைய பெற்ற வயிறு எரிந்தது.

இங்கே பாலியாரின் நெஞ்சு ஒருவகை வேதனையில் துடிக்கையில், அங்கே பதஞ்சலியின் இளநெஞ்சு சுக்குநூறாக வெடித்துக் கொண்டிருந்தது.

குடிசையினுள் கதிராமன் கொண்டு வந்த மான்குட்டியுடன் கொஞ்சிக் குலாவிக் கொண்டிருந்த பதஞ்சலி, பாலியார் வளவில் கூக்குரல் கேட்கவே, பதறியடித்த அங்கே சென்றாள். அவள் வந்ததை யாருமே கவனிக்கவில்லை. தன் பெயர் பேச்சில் அடிபடுவதைக் கேட்டபோது, அவள் தூரத்திலேயே நின்றுவிட்டாள். 'போடா நாயே! போய் அந்த வம்பிலை பிறந்தவளைக் கலியாணம் முடிச்சுக் கொண்டு அவளோடை இருடா பொறுக்கி!' என்று கோணமலையர் பேசியது அவளுடைய செவிகளில் நாராசமாக விழுந்தது.

அம்பு துளைத்த புறாப்போல் துடிதுடித்து ஓடியவள், தன் குடிசையை அடைந்து அங்கே பாயில் விழுந்து குமுறியழுதாள். முன்பொரு நாள், அவள் பாடசாலைக்குச் செல்லும் காலத்தில் அவள் ஏதோ செய்துவிட்டதற்காக அவளுடன் வகுப்பில் படிக்கும் ஒரு சிறுமி, 'நீ வம்பிலை பிறந்தவள் தானேடி!' என்று பேசியது அவளுடைய நெஞ்சில் புதுக்காயம் போன்று எரிந்தது. உமாபதியிடம் ஓடிச்சென்று, 'ஏனப்பு அவள் என்னை அப்பிடிப் பேசினவள்?' என்று கேட்டபோது, அவர் ஒன்றுமே பேசாது தன்னைக் கட்டிக்கொண்டு கண்ணீர் பெருக்கியது இப்போ பதஞ்சலியின் ஞாபகத்துக்கு வந்தது.

ஆனால், எதற்ககாகத் தன்னை இப்படி, 'வம்பிலை பிறந்தவள்' என்று பேசுகிறார்கள் என்பதுதான் அவளுக்குப் புரியவில்லை. அது அவளுக்குப் புரியவில்லையே எனினும், அது தன் வாழ்வில் ஏற்பட்ட ஏதோவொரு கொடிய சங்கதி என்பது மட்டும் அவளுடைய களங்கமற்ற உள்ளத்துக்கு விளங்கியது. காட்டுப் புறாப்போல் கட்டுப்பாடின்றி வளர்ந்த அவள், இன்று தன்னைச் சூழ்ந்து நிற்கும் வசை இன்னதென்று அறியாமலே அது விளைத்த வேதனையின் காரணமாகக் கலங்கிக் கொண்டிருந்தாள்.

16

வீட்டைவிட்டு வெளியேறிய கதிராமனுடைய இதயம், பலவித உணர்ச்சிகளால் கொந்தளித்துக் கொண்டிருந்தது. தண்ணிமுறிப்பின் இருண்ட காடுகளில் ஆங்காங்கே நீர் நிறைந்து காணப்படும் மடுக்களைப் போல் அமைதியும், ஆழமும், குளிர்ச்சியும் கொண்ட அவன் என்றுமே எல்லைமீறி உணர்ச்சி வசப்பட்டதில்லை. தந்தையின் சீற்றமும், தாயின் வேதனையும், பதஞ்சலியின் பரிதாபமான நிலையும் அவனுடைய நெஞ்சைப் பிளந்தாலும் அவன் நிலை குலையவில்லை. நடந்தது நடந்துவிட்டது. இனி நடக்க வேண்டியதைக் கவனிப்போம் என்பதுபோல் அமைதியாக அவன் நடந்து கொண்டிருந்தான். அவனையும் அறியாமல் அவனுடைய கால்கள் பதஞ்சலியின் குடிசைக்கு அவனை இட்டுச் சென்றன.

அங்கே பதஞ்சலி பாயில் முகங் குப்புறக் கிடந்து அழுது கொண்டிருந்தாள். பதஞ்சலி! என அவன் ஆதரவாகக் கூப்பிட்டான். அவனுடைய குரல் கேட்ட மாத்திரத்தில், தாயின் குரல் கேட்ட கன்றுபோல் அவள் எழுந்து, அவனைக் கட்டிக்கொண்டு கேவிகேவி அழத் தொடங்கினாள் பதஞ்சலி. தன்னோடு அவளைச் சேர்த்தணைத்துக் கொண்ட கதிராமனுடைய செவிகளில், 'போய் அந்த வம்பிலை பிறந்தவளைக் கலியாணம் முடிச்சுக் கொண்டிரு!' என்று மலையர் ஏசியது திரும்பத் திரும்ப ஒலித்துக் கொண்டே இருந்தது.

ஆதரவற்று வாடும் பதஞ்சலியைத் தங்கள் வீட்டுக்கு அழைத்துவர வேண்டுமென்று தாயிடம் கதிராமன் கூறியபோதும், அவனுடைய மனதில், தான் அவளை மணக்க வேண்டுமென்ற எண்ணம் தோன்றவில்லை. அவள் தண்ணிமுறிப்பை விட்டுப் போய்விடக் கூடாது என்றதொரு தவிப்பே அவனைப் பாலியாரிடம் அப்படிக் கேட்க வைத்திருந்தது. காரணமும், நோக்கமும் தெரியாமலிருந்த

அவனுடைய உணர்ச்சிகளுக்கு இப்போ ஒரு முழுமையான வடிவத்தைக் கோணாமலையரின் வார்த்தைகள் வலியுறுத்தி வளர்த்துக் கொண்டிருந்தன.

கதிராமனுடைய அணைப்பிலே பதஞ்சலிக்குத் தன் துயரமெல்லாம் விலகிவிட்டது போன்றதொரு உணர்வு ஏற்பட்டது. அவளுடைய அழுகை கொஞ்சங் கொஞ்சமாக அடங்கியது. தன்னை அன்புடன் அணைத்திருந்த அவனுடைய கைகளை அவள் விலக்கவில்லை. அந்த முரட்டுக் கரங்களின் பிடிக்குள்ளேயே அடங்கிப்போய் அமைதியாக இருந்தாள்.

கதிராமன் குனிந்து, அவளுடைய முகத்தை நிமிர்த்தி, 'பதஞ்சலி! உன்னை நான் கலியாணம் முடிக்கப் போறன்! இனிமேல் இஞ்சை உன்னோடைதான் இருக்கப் போறன்!' என்று சொன்னான். பதினாறே வயதான பதஞ்சலிக்கு என்ன சொல்வதென்றே தெரியவில்லை. இருப்பினும் அவளுடைய முகத்தில் நாணமும், வெட்கமும் தோன்றவே செய்தன. அவள் ஒன்றுமே பேசாது தலையைக் குனிந்து கொண்டாள். அவளுடைய மௌனத்தை உணர்ந்த கதிராமன், என்ன பதஞ்சலி பேசாமல் இருக்கிறாய்? என்று கேட்டபோது, 'ஒண்டுமில்லை!' என்று மட்டும் அவள் மெல்லச் சொன்னாள். சற்று நேரத்தின் பின் தனது முகத்தை நிமிர்த்திய பதஞ்சலி, அவனை நோக்கி, 'ஏன் என்னை எல்லாரும் வம்பிலை பிறந்தவள் எண்டு பேசுகினம்? அப்பிடி எண்டால் என்ன?' என்று குழந்தையைப் போலக் கேட்டாள். கதிராமன் உடனேயே அவளுக்குப் பதிலெதுவும் கூறவில்லை. சிறிதுநேர அமைதியின் பின்னர் அவளைப் பார்த்து,'உவையளெல்லாம் சும்மா அப்பிடித்தான் கதைப்பினம். ஆனால் நீ கலியாணம் முடிச்சு உனக்கொரு புருசன் வந்திட்டால் ஒருத்தரும் அப்பிடிப் பேசமாட்டினம். அப்பிடிப் பேசுறதுக்கும் நான் விடன்!' என்று ஆதரவும், உறுதியும் நிறைந்த குரலில் கூறினான்.

அவன் கூறிய விளக்கம் தெளிவாக இல்லையென்பது பதஞ்சலிக்குத் தெரிந்தது. ஆனால், அந்த வேளையில் அவனுடைய இதமான அணைப்புத் தந்த பாதுகாப்பும், அவனுடைய உறுதிமொழிகளும், அவளுடைய வேதனைகளையெல்லாம் போக்கும் அற்புத மருந்தைப்

போலிருந்தன. அவனுடைய இறுக்கமான அணைப்பில் கட்டுண்டு கிடந்த அவளுக்குப் பெண்மையின் உணர்வுகளெல்லாம் விழித்தெழுந்து, விபரிக்க முடியாததொரு இன்ப நிலையை ஏற்படுத்திக் கொண்டிருந்தன. அந்த நிலையிலேயே காலமெல்லாம் கழிக்கவேண்டும் போல அவளுக்குத் தோன்றியது.

'ஏன் பதஞ்சலி பேசாமலிருக்கிறாய்?' என்று கதிராமன் திரும்பவும் கேட்டபோதும், அவள் எதுவும் கூறாமல் அவனுடைய மார்பிலே முகம் பதித்தவளாக இருந்தாள். 'உனக்கு என்னை முடிக்க விருப்பமில்லையோ?' என்று அவன் மீண்டும் கேட்டபோது, 'சிச்சீ!..' என்று சட்டென்று சொல்லிவிட்டு, நாணத்தால் முகம் சிவந்தவளாய் அவனுடைய அணைப்பிலிருந்து தன்னை மெல்ல விடுவித்துக் கொண்டாள். சற்றுமுன் விம்மியழுத பதஞ்சலியின் முகத்தில் இதுவரை அவன் காணாத புத்தம்புதுக் கோலங்களைக் கண்டு வியந்தவனாய் கதிராமன் அவளுடைய முகத்தையே பார்த்துக் கொண்டிருந்தான். 'ஏன் என்னை அப்பிடிப் பாக்கிறியள்?' என்று மீண்டும் தலையைக் குனிந்து கொண்டாள் பதஞ்சலி. அவர்களுக்கு அருகில் வேடிக்கை பார்த்தவாறே கிடந்த மான்குட்டியை எடுத்து முகத்தோடு முகம் சேர்த்துக் கொஞ்சினாள் பதஞ்சலி.

இதன்பின் அவர்களுக்கிடையில் வெகுநேரம் மௌனம் நிலவியது. வெளியே தில்லம்புறாக்களின் சீட்டியோசை இனிமையாகக் கேட்டது. அவனிடமிருந்து தன்னை மெல்ல விடுவித்துக் கொண்ட பதஞ்சலி, குடிசை மூலையில் இருந்த ஒரு ஓலைப் பெட்டியை எடுத்துக்கொண்டு வந்து அவனருகில் அமர்ந்தாள். அதற்குள் சில ரூபாய் நோட்டுக்கள், அவளுக்கு உமாபதி செய்வித்துக் கொடுத்த தங்கச் சங்கிலி முதலியவைகள் இருந்தன. துணியால் சுற்றப்பட்டு பக்குவமாக வைக்கப் பட்டிருந்த ஒரு பொருளை எடுத்து சுற்றியிருந்த துணியை அவிழ்த்தாள். அதனுள் ஒரு தாலி இருந்தது. அதை மிகவும் பயபக்தியுடன் வெளியே எடுத்த பதஞ்சலி, 'இது அம்மாவின்ரை தாய்க்கு அப்பு கட்டின தாலி.! என்ரை அம்மாவுக்குத் தாலி கட்டக் குடுத்து வைக்கேல்லை எண்டு அடிக்கடி

அப்பு சொல்லும்... இந்தத் தாலியை என்ரை சங்கிலியிலை கோத்து எனக்கு கட்டிவிடுங்கோ!' என்றாள். அவளுடைய குரல் தளுதளுத்தது. கண்கள் குளமாகின. தாலியை நீட்டும் அவளுடைய இரண்டு கைகளையும் ஆசையுடன் பற்றிக் கொண்ட கதிராமன், 'இதைக் கொண்டுபோய் ஐயன் கோயிலடியிலை கட்டுவம்!' என்று உற்சாகத்துடன் கூறினான். அவள் மீண்டும் ஓலைப் பெட்டியைத் தகரப்பெட்டிக்குள் வைக்கும் போது, அதற்குள்ளிருந்த உமாபதியின் வேட்டி, சால்வை முதலியவற்றை எல்லையற்ற பாசப்பெருக்குடன் கண்களில் ஒற்றிக் கொண்டது, மறைந்துபோன உமாபதியின் கால்களில் விழுந்து மானசீகமாக ஆசீர்வாதம் வாங்கிக் கொள்வது போலிருந்தது.

துருவம் தெரியாத பருவம். எதை எப்படிச் செய்வதென்றே பதஞ்சலிக்குப் புரியவில்லை. கதிராமனும் கலியாண வீடுகளைப்பற்றிக் கேள்விப் பட்டிருந்தாலும் அதன் நடைமுறைகளை அறியமாட்டான். அயல் கிராமங்களில் ஏழைகள் வீட்டில் நடக்கும், 'சோறு குடுக்கும்' வழக்கம் அவனுடைய நினைவுக்கு வந்தது. கணவனாகப் போகிறவனுக்கு முதன்முதலில் தன் கையால் சோறுபோட்டுக் கொடுத்துவிட்டு, அவன் விடுகின்ற மீதியை மணப்பெண் சாப்பிட்டுவிட்டால், அவர்கள் இருவரும் கணவன் மனைவி ஆகவிட்டனர் என்பது சம்பிரதாயம். இது ஞாபகத்துக்கு வரவே, அவன் பதஞ்சலியைப் பார்த்து, 'கெதியிலை அரிசியைப் போட்டு வைச்சிட்டு ஒரு கறி காச்சு, கோயிலடியிலை போய்த் தாலியைக் கட்டிப்போட்டு வந்து சாப்பிடுவம்!' எனத் தீர்மானமாகச் சொன்னான். பதஞ்சலி நாணம் மேலிட்டவளாகக் குசினியை நோக்கிச் சென்றாள்.

கதிராமன் வெளியே வந்து குடிசைத் திண்ணையில் மான்குட்டியுடன் உட்கார்ந்து கொண்டு, மடிக்குள் கிடந்த புகையிலையை எடுத்துச் சுருட்டொன்று சுற்றிக் கொண்டான். 'கொஞ்ச நெருப்புக் கொண்டுவா!' என்று அவன் கூப்பிட்டதும், அரிசியைக் களைந்து அடுப்பில் ஏற்றிய பதஞ்சலி, நெருப்புக் கொள்ளியொன்றைக் கொண்டுவந்து அவனிடம் கொடுத்துவிட்டு விருட்டென்று குசினிக்குள்

நுழைந்து கொண்டாள். அவளுக்கு இப்போ அவனுடைய முகத்தை ஏறிட்டுப் பார்க்கவே மிகவும் வெட்கமாக இருந்தது. சுருட்டைப் பற்றிக்கொண்ட கதிராமன் சிந்தனையில் ஆழ்ந்துவிட்டான். ஏதோ தாங்களிருவரும் காலங் காலமாகவே கணவனும் மனைவியுமாய் இருந்தது போன்ற ஒரு நினைவு. காடுகளிலே திரிந்து காட்டு விலங்குகளைக் கவனித்தவனுக்கு, உரிய பருவத்தில் தனக்கொரு துணையைத் தேடிக்கொள்வது புதினமாகவோ, விசித்திரமாகவோ படவில்லைப் போலும்.

17

பதஞ்சலி பம்பரமாகச் சுழன்று வேலைகளைச் செய்தாள். நொடிப் பொழுதுக்குள் பச்சரிசிச் சோறும், கத்தரிக்காய்க் குழம்பும், சொதியும் தயராகிவிட்டன. அவனுக்குப் பிடிக்கும் என்றெண்ணி இறைச்சிக் கருவாட்டையும் எருமை நெய்யில் பொரித்திருந்தாள்.

குசினிப் படலை மறைவில் நின்றுகொண்டு, 'சமையல் முடிஞ்சுது!' என்று சொன்ன பதஞ்சலியைப் பார்த்துச் சிரித்தான் கதிராமன். அவள் இன்னமும் அதிகமாக வெட்கப்பட்டுக் கொண்டாள். அவன் சிரித்துக் கொண்டே, 'மதியம் திரும்பீட்டுது! வாய்க்காலிலை முழுகிப்போட்டு வந்து கோயிலுக்குப் போவம், வா!' என்று கூறிக்கொண்டு எழுந்தான். 'கொஞ்சம் பொறுங்கோ! கஞ்சி ஆத்துறன், மான்குட்டிக்குப் பருக்கிப்போட்டுப் போவம்!' என்று கூறவும், மான்குட்டியை மறுபடியும் மடிமேல் வைத்துக் கொண்டான் கதிராமன். ஒரு பழந்துணியை எடுத்துக் கஞ்சியில் நனைத்து வாயில் வைத்தபோது, முதலில் சுவைக்க மறுத்த மான்குட்டி, பின் ரசித்துக் குடித்தது. 'நீங்கள் இதைப் பருக்குங்கோ! நான் போய் முழுகீட்டு வாறன்!' என்ற பதஞ்சலி, கொடியில் கிடந்த உடுத்தாடையை எடுத்துக் கொண்டு, வளவை வளைத்துச் சென்ற வாய்க்காலை நோக்கிச் சென்றாள்.

மான்குட்டி கஞ்சியைக் குடித்து முடிக்கவும், பதஞ்சலி முழுகிவிட்டு ஈரப்புடவையுடன் வரவும் சரியாக இருந்தது. ஈரப்புடவையின் சலசலப்புச் சத்தம் கேட்டு நிமிர்ந்த கதிராமனுடைய விழிகள் வியப்பால் விரிந்தன. கரும்பச்சை நிறமான அந்த ஈரப்புடவையில் அவளுடைய சந்தணநிற மேனி பளிச்சென்றிருந்தது. புத்தம் புதிய ரோஜாவின் இதழ்களில் தெளித்த பனித்துளிகள் போல அவளுடைய முகத்தில் நீர்த்திவலைகள் உருண்டு வழிந்தன. இளமையின் பூரிப்பு பூத்துக் குலுங்கும் அவளுடைய பருவ உடலை

ஒளிவு மறைவில்லாத ரசனையுடன் பார்த்தான் கதிராமன். அவனுடைய பார்வையைத் தாங்க இயலாத பதஞ்சலி, சட்டென்று ஓடி குடிசைக்குள் நுழைந்து படலையைச் சாத்திக் கொண்டாள். 'நீங்களும் போய் முழுகிப்போட்டு வாருங்கோவன்!' என்று உள்ளேயிருந்து நாணத்துடன் அவள் கூறியபோது, அவளுடைய குரலில் ஏற்பட்டிருந்த மாற்றத்தைக் கண்டு, நொடிக்கொரு தடவை துடுக்கு வார்த்தை பேசும் இவளா இப்படி வெட்கப்படுகின்றாள், என்றெண்ணி வியந்துகொண்டே வாய்க்காலை நோக்கிச் சென்றான் கதிராமன்.

இதற்குள் பதஞ்சலி தன்னுடைய ஒரேயொரு சேலையை உடுத்திக்கொண்டு, தகரப் பெட்டிக்குள் இருந்த உமாபதியாரின் வேட்டியை எடுத்து ஆயத்தமாக வைத்திருந்தாள். ஈரம் துவட்டியபடியே வரும் கதிராமனின் சுருண்ட கேசம் மாலை வெய்யிலில் பளபளத்தது. மழையில் நனைந்த காடுபோன்று அவனுடைய கருமேனி புதுக்கோலம் காட்டியது. வேட்டியை வாங்கி உடுத்துக் கொண்டு, சுரைக் குடுவைக்குள் இருந்த திருநீற்றையும் அள்ளி நெற்றியில் பூசிக்கொண்ட கதிராமன், 'தாலி கைப்பூரம் எல்லாம் எடுத்துப் போட்டியே?' என்று கேட்டதற்கு, பதஞ்சலி தலையைக் குனிந்தவாறே 'உம்!' கொட்டினாள்.

நட போவம்! என்று கூறிக்கொண்டே நடந்த அவனைத் தொடர்ந்து நிலத்தைப் பார்த்தவாறே நடந்தாள் பதஞ்சலி. தலைநிமிர்ந்து மலையர் வீட்டுப்பக்கம் பார்க்கவே அவளுக்குப் பயமாக இருந்தது. தேகம் இலேசாக நடுங்கியது. கதிராமன் அவளுடைய தயக்கத்தை உணர்ந்தவன்போல், 'ஒண்டுக்கும் பயப்பிடாதை பதஞ்சலி! எல்லாத்துக்கும் நான் இருக்கிறன்!' என்று புன்னகை நிறைந்த முகத்துடன் அவளைத் தேற்றினான். 'இனிமேல் எல்லாத்துக்கும் என்ன, எல்லாமே நீங்கள்தான்!' என்று மனதுக்குள் நினைத்தவாறே அவள், அவன் பின்னே சென்று கொண்டிருந்தாள்.

முற்றத்தில் மாமரத்தின் கீழே உட்கார்ந்திருந்த மலையருக்கு, கதிராமனும் பதஞ்சலியும் சேர்ந்து போகும் காட்சி பளிச்சென்று

தெரிந்தது. விழிகளை இடுக்கிக் கொண்டு கூர்ந்து கவனித்தவர், அவர்கள் இருவரும் தேரோடும் வீதியில் திரும்பி, குருந்தூர் ஐயன் கோவில் பக்கம் போவதைக் கண்டார். 'ஓகோ! மாப்பிளை பொம்பிளை ஐயன் கோயிலடிக்குப் போகினம்!' என்று கறுவிக் கொண்டார். இக் காட்சி அணைந்து கொண்டு போகும் நெருப்பில் நெய்யை வார்த்தது போல அவருடைய சினத்தை மீண்டும் கிளப்பியது. அவருக்கு வந்த ஆத்திரத்தில் கத்தியை எடுத்துக் கொண்டு போய் அவர்களுடைய தலைகளைச் சீவி எறிந்திருப்பார். ஆனால் என்னதான் ஆத்திரம் ஏற்பட்டபோதும், அவர்கள் ஐயன் கோவிலுக்குப் போகின்றனர் எனக் கண்டதும் அடங்கிப் போனார்.

இந்தக் காட்டுப் பிரதேசங்களில் வாழும் மக்களுக்கு ஐயன் வெறும் காவல் தெய்வம் மட்டுமல்ல, கண்கூடாகக் காட்டும் தெய்வமாகவும் இருந்தது. காட்டில் வினை மிருகங்கள் தாக்க வருகையில், ஐயனே! என்று கூவினால் போதும் அவை விலகிப் போய்விடும். இப்பேர்ப்பட்ட ஐயனுடைய சக்தியில் மலையருக்கு அதிக நம்பிக்கை இருந்தது. எனவேதான் ஐயனிடம் செல்பவர்களுக்கு ஆபத்து விளைவிப்பது பாரதூரமானது என அடங்கிப் போனார்.

இருப்பினும் அவருடைய சுயகுணம் அவரைவிட்டு நீங்கிவிடுமா? 'இவையளுக்கு படிப்பிப்பிக்கிறன் நல்ல பாடம்!' என்று கறுவிக் கொண்டே, 'இஞ்சை வாடா மணியம்!' என்று இடிமுழக்கம் போன்ற குரலில் கூப்பிட்டார் மலையர். 'போய் எருமையளைச் சாய்ச்சுக் கொண்டு வாடா! இண்டைக்கு உமாபதியன்ரை வளவுக்கைதான் பட்டி அடைக்கிறது!' என்று அவர் சீறவும், மணியன் ராசுவையும் கூட்டிக்கொண்டு சென்று, குளக்கட்டின் கீழ் மேய்ந்து கொண்டிருந்த எருமை மாடுகளை விரட்டிக்கொண்டு வந்தான். அவர்களுடன் கூடவே எழுந்துபோன மலையர், பதஞ்சலி வளவுப் படலையைப் பிடுங்கித் தூர வீசினார். 'நான் வெட்டிக் குடுத்த நிலம்! நான் கட்டிக் குடுத்த வீடு! எனக்குத் துரோகம் செய்யிறவை என்ரை வளவுக்கை இருக்கிறதோ?' என்று சினத்துடன் கர்ச்சித்து, எருமைகளை ஓட்டிவந்து பதஞ்சலியின் வளவுக்குள் சாய்த்தார் மலையர்.

எருமையினம் மாலை வேளையில் மழைமேகம்போல் உமாபதியின் வளவுக்குள் புகுந்தன. செழிப்புடன் காய்த்துக் குலுங்கிய பதஞ்சலியின் அருமையான தோட்டம் எருமைகளின் கால்களின் கீழ் சிக்கி துவம்சமாகின. மேலும், மலையர் கையில் வைத்திருந்த கேட்டியால் மாடுகளை ஓங்கியடிக்கவும், அவை ஒன்றையொன்றை முண்டியடித்துக் கொண்டு, குடிசையையும், குசினியையும் இடித்து விழுத்திக் கொண்டு இடறுப்பட்டன. அந்தக் குடிசைக்கு நெருப்பு வைப்பதற்குக்கூட மலையருக்கு மனதாயிருந்தும், தன்னுடைய எருமைகள் பாதிக்கப்பட்டுவிடுமே என்ற காரணத்தினால் அவர் அவ்வாறு செய்யவில்லை. அந்தச் சின்னஞ்சிறு வளவு கணப்பொழுதுக்குள் சூறாவளியில் சிக்கிய சோலையைப் போன்று சிதைந்தது. அதன் பின்னர்தான் மலையரின் சினம் சற்றுத் தணிந்தது. 'இனிப் பாப்பம் மாப்பிளை பொம்பிளயவை என்ன செய்யினமெண்டு!' என்று கூறிக்கொண்டே தன்னுடைய வீட்டுக்குச் சென்றார் மலையர்.

18

வண்ணாத்தி மோட்டை என்றழைக்கப்படும் பெரிய நீர்மடுவை வளைத்துச் சென்று, சிறியதொரு குன்றின்மீது ஏறும் அந்தப் பாதையில் பதஞ்சலி கதிராமனுடைய அடிகளைப் பின்பற்றிச் சென்றாள்.

குன்றின் மேற்பகுதியில் ஒரு சிறிய வெட்டை. அதன் நடுவே ஒரு சூலம். அதன் முன்பு கற்பூரம் வைத்துக் கொளுத்தும் கல்லொன்று. இதுதான் குருந்தூர் ஐயன் கோவில்.

மடித்துக் கட்டியிருந்த வேட்டியைப் பயபக்தியுடன் அவிழ்த்துவிட்டு, பதஞ்சலியிடம் தீப்பெட்டியையும், கற்பூரத்தையும், வாங்கிய கதிராமன், அந்தக் கல்லின்மேல் கற்பூரத்தை வைத்துக் கொளுத்தினான். அவன் ஏற்றிய கற்பூரம் பிரகாசமாக எரிந்தது. அண்மையில் நின்ற மரங்களிலிருந்து காட்டுப் பறவைகள் பண்ணிசைத்துக் கொண்டிருந்தன. வண்ணாத்தி மோட்டையைத் தழுவிவந்த ஈரக்காற்று அவர்களைத் தழுவிச் செல்கையில் பதஞ்சலிக்கு ரோமங்கள் சிலிர்த்தன.

இரு கைகளினாலும், தாலி கோர்த்திருந்த சங்கிலியைக் கதிராமனிடம் கொடுத்துவிட்டு, கைகளைக் கூப்பித் தொழுதவண்ணம் பதஞ்சலி மண்டியிட்டு அமர்ந்து கொண்டாள். விழிகளை மூடித் தொழுதுநின்ற அந்தப் பதினாறு வயதுப் பதஞ்சலி, எப்போதோ இறந்துபோன தனது தாயையும், இரண்டு நாட்களுக்கு முன்புதான் மறைந்துபோன தனது அப்புவையும், தன்மேல் பாசத்தைச் சொரிந்து பாலியாரையும் நினைத்துக் கொண்டாள்.

கதிராமன் ஐயனே என மனதுக்குள் வேண்டியவாறு நிதானமாகப் பதஞ்சலியின் அழகான கழுத்தில் தாலி கோர்த்த சங்கிலியைக் கட்டிவிட்டு ஒருமுறை கரங்களைக் கூப்பிக் கும்பிட்டுக் கொண்டான். அந்நேரம் மெல்ல எழுந்துகொண்ட

பதஞ்சலி அவனை அணைந்தபடியே பிரகாசமாக எரியும் கற்பூரத்தைப் பார்த்தவாறு நின்றிருந்தாள். கதிராமனுடைய கரம் அவளைச் சுற்றி ஆதரவாகப் படர்ந்திருந்தது. புனிதம் நிறைந்த அந்த மாலைப் பொழுதில், கள்ளம் கபடில்லாத இரு இளம் உள்ளங்கள் ஒன்றையொன்று பற்றிப் பிணைந்து புனிதமானதொரு உறவில் திளைத்தன.

'பசிக்குது வா வீட்டை போவம்!' என்று கதிராமன் அழைத்தபோது, அந்த இடத்தைவிட்டு அகல மனதில்லாதவளாய் பதஞ்சலி அவனைப் பின்தொடர்ந்தாள். திரும்பி வீட்டுக்குப் போகாமலே இப்படியே நடுக்காட்டினுள் போய் ஒரு மடுக்கரையில் குடிசையைக் கட்டிக்கொண்டு தானும் கதிராமனும் வாழ்ந்தாலென்ன என்று அவளுடைய பேதைமனம் ஆசைப்பட்டது. அமைதி நிறைந்த அந்தக் காட்டினுள்ளே கதிராமன் துணையுடன் நிரந்தரமாகத் தங்கிவிடப் பதஞ்சலி விரும்பினாள். வீடு நெருங்க நெருங்க, மலையர் கோபத்தில் தங்களை என்ன செய்வாரோ என்ற பயம் அவளைப் பற்றிக் கொண்டது. கதிராமனுடைய கையைப் பிடித்தவாறே நிலத்தை நோக்கிச் சிந்தனையில் ஆழ்ந்தவளாய் நடந்து கொண்டிருந்த பதஞ்சலி, தன்னுடன் கூடவந்து கொண்டிருந்த கதிராமனுடைய நடை திடீரென்று நின்றதும் துணுக்குற்றுப் போய் நிமிர்ந்தாள். அங்கு கண்ட காட்சி அவளை அதிரவைத்தது.

அவளும் உமாபதியும் வாழ்ந்த சின்னஞ்சிறு குடிசை சரிந்துபோய்க் கிடந்தது. அவள் ஆசையுடன் நட்டுவளர்த்த பயிர்கொடிகள் அலங்கோலமாகச் சிதைந்து கிடந்தன. அவள் அழகாகப் பெருக்கிச் சுத்தமாக வைத்திருந்த வெண்மணல் முற்றத்தில் எருமைகள் தாறுமாறாகத் திரிந்தன.

பதஞ்சலியின் கரத்தை விடுவித்துக் கொண்டு விரைந்து முன்னால் சென்ற கதிராமன் ஒரு கணப் பொழுதுக்குள் நடந்ததைப் புரிந்து கொண்டான். அந்தக் கிராமத்திலே வேறு எவருக்குமே ஈவிரக்கமின்றி இப்படியானதொரு செயலைச் செய்ய மனமும் வராது, துணிவும் இராது. விக்கித்துப்போய் நின்ற பதஞ்சலியைத் திரும்பிப் பார்த்த கதிராமன், 'இதெல்லாம் அப்புவின்ரை அலுவல்தான்! எங்களை இந்த ஊரைவிட்டே

கலைக்கிறதுக்குத்தான் இந்த வேலை செய்திருக்கிறார்!' என்று ஆத்திரத்துடன் கூறியவன், சட்டென்று, 'நீ ஒண்டுக்கும் பயப்பிடாதை பதஞ்சலி! வா உன்ரை சாமான்களை எடுத்துக்கொண்டு போவம்! என்றவாறு வளவுக்குள் நுழைந்தான். பதஞ்சலி பேச்சுமூச்சற்று கதிராமனைப் பின்தொடர்ந்தாள். குடிசை வாசலில் அவள் கண்ட காட்சி, இதயத்தை விம்ம வைத்தது. அன்று காலையில் காட்டிலிருந்து கொண்டுவந்த மான்குட்டி, எருமைகளின் குளம்புகளின் கீழ் அகப்பட்டு நசுங்கிப்போய் செத்துக் கிடந்தது. பதஞ்சலி விம்மிவிம்மி அழத் தொடங்கினாள். அவளுடைய கலங்கிய விழிகளையும், வளவு கிடந்த அலங்கோல நிலையையும் பார்த்த கதிராமனுடைய இதயத்திலிருந்து இரத்தம் வடிந்தது.

'அழுதுகொண்டு நிண்டு என்ன செய்யிறது பதஞ்சலி! உன்ரை சாமான்களை எடு போவம்!' என்றவாறே அங்கு கிடந்த ஒரு சாக்கை எடுத்துக் குசினிக்குள் இருந்த அரிசி, மா, மற்றும் பாத்திரங்கள் போத்தல்கள் போன்றவற்றை அதனுள் அடைந்தான். விழிகளிலிருந்து கண்ணீர் அருவியாகப் பாயப் பதஞ்சலியும் சரிந்துவிட்ட குடிசைக்குள் நுழைந்து தனது உடைகளையும், தகரப் பெட்டியையும், பாயையும் எடுத்துக் கொண்டு வெளியே வந்தாள். கதிராமனுடைய விழிகளில் ஒரு தீவிரமான உறுதி பளிச்சிட்டது. 'வீடு வளவில்லாமல் செய்துபோட்டால் நாங்கள் செத்துப் போடுவம் எண்டு நினைச்சாராக்கும்! நாளைக்கிடையிலை ஒரு சின்னக் குடிலெண்டாலும் கட்டி முடிக்காட்டில் நான் கதிராமனில்லை' என்ற கதிராமனைப் பார்த்துச் சிலையாய் நின்றாள் பதஞ்சலி.

'ஏன் பதஞ்சலி எல்லாத்துக்கும் பயந்து சாகிறாய்? இப்ப என்ன நடந்து போச்சு? எங்களுக்கெண்டு ஒரு வீடு வளவு வேணும். அவ்வளவுதானே?' என்று சொல்லிவிட்டு, குசினிக்கை பார், சோறு, கறியெல்லாம் அப்பிடியே கிடக்குது. அதைக் கவனமாக ஒரு பாத்திரத்திலை எடு! எப்பிடியும் நீதான் இண்டைக்கு எனக்குச் சோறு போட்டுத் தரோணும்!' என்று அவன் கூறியதும் பதஞ்சலி ஒன்றும் பேசாது விழுந்து கிடந்த குசினிக்குள் புகுந்து, தான் ஆசையோடு சமைத்து வைத்திருந்த உணவு வகைகளைப் பார்த்தாள். அவை ஒரு

பக்கீஸ் பெட்டிக்குள் வைக்கப்பட்டிருந்ததால் பாதுகாப்பாக இருந்தன. இதற்குள் கதிராமன் உமாபதியின் கத்தி, மண்வெட்டி, கோடரி முதலிய ஆயுதங்களை எடுத்துக் கொண்டான். பதஞ்சலி சாப்பாட்டுப் பெட்டியைத் தலையில் பக்குவமாக வைத்துக் கொண்டு, பாயையும் ஈரமான உடைகளையும் ஒரு கையில் எடுத்துக் கொண்டாள். கதிராமன் 'நட போவம்!' என்றான். அவன் எங்கு நட என்றாலும் நடப்பதற்குத் தயாராக இருந்தாள் அவள். எந்த நிலையிலும் கலங்கிப் போகாத அவனுடைய ஆண்மை அவளுக்கு அளவற்ற ஆறுதலை அளித்தது. மிகவும் குறுகிய காலவேளைக்குள் பல அவலங்களை அனுபவித்திருந்த அவளுக்கு, 'கவலைப்படாதே!' என்று அவன் கடிந்து கூறியது மிகவும் இதமாகவிருந்தது.

19

எருமைகளை மீண்டும் விலக்கிக் கொண்டு குமுளமுனைக்குச் செல்லும் பாதையில் அவர்கள் இறங்கும்போது நன்றாக இருண்டு போயிருந்தது. வைகாசி மாத வளர்பிறை நாட்களாதலால் வானம் நிர்மலமாக இருந்தது. ஆங்காங்கு விண்மீன்கள் கண் சிமிட்டிக் கொண்டிருந்தன.

ஏறக்குறைய அரைமைல் தூரம் அவர்கள் நடந்திருப்பார்கள். குளக்கட்டிலிருந்து ஆரம்பிக்கும் அந்தப் பாதையை ஒட்டியவாறே அந்த வாய்க்காலும் சென்றது. அந்த வாய்க்காலின் ஓரமாகச் சென்று இடதுபுறமிருந்த காட்டைப் பார்த்தான் கதிராமன். வாய்க்காலுக்கும் பாதைக்கும் வலதுபுறத்தே வயல்வெளி விரிந்து கிடந்தது. இடப்பக்கத்தில் இருண்ட காடு வாய்க்காலின் ஓரம்வரை படர்ந்திருந்தது.

எந்த இடம் குடியிருப்புக்குச் சிறந்தது, எது வயலாக்குவதற்கு ஏற்றது என்ற விசயமெல்லாம் கதிராமனுக்கு மிக நன்றாகவே தெரியும்.

அவன் வாய்க்காலைக் கடந்து அப்பால் இருந்த காட்டை நோக்கிச் சென்றான். நிலவு காலித்துவிட்ட அவ்வேளையில் காடு சந்தடியற்றுக் கிடந்தது. வாய்க்காலில் குளத்துநீர் சலசலத்து ஓடிக்கொண்டிருந்தது. கதிராமன் காட்டோரமாக இருந்த ஒரு மேட்டில் ஏறி, பெரியதொரு மரத்தின் கீழ் தலைச்சுமையை இறக்கிவிட்டு, பின்னாலேயே வந்த பதஞ்சலியின் தலைமேலிருந்த பெட்டியையும் பக்குவமாக இறக்க உதவினான். பின்னர் கைக்கத்தியின் உதவியுடன் அந்த மரத்தினடியில் இருந்த சிறு செடிகளையும் அண்மையிலிருந்த சிறு பற்றைகளையும் மளமளவென்று வெட்டி ஒதுக்கினான். பதஞ்சலி பட்டுப்போனதொரு மரக்கிளையை விளக்குமாறாக உபயோகித்து நிலத்தில் கிடந்த சருகுகளைக் கூட்டிச் சுத்தமாக்கினாள்.

இன்னும் இரண்டொரு நாட்களில் முழுநிலவாகப் போகும் வளர்பிறைச் சந்திரன் அந்தப் பிராந்தியத்தின் மேல் வரும் வேளையில் கதிராமன் அந்த மரத்திற்கு சற்றுத் தள்ளி சுள்ளிகளைக் கொண்டு தீவறை மூட்டினான். சடபுடவெனச் சத்தமிட்டுக் கொண்டு வளர்ந்த தீயின் ஒளியில் பதஞ்சலி தான் கூட்டித் துப்பரவு செய்த நிலத்தில் பாயை விரித்துவிட்டுக் கொண்டுவந்த பொருட்களை ஒரு பக்கமாக எடுத்து வைத்தாள். நெருப்பை மூட்டிவிட்டு எழுந்துநின்று சுற்றுப்புறத்தை ஒருதடவை கூர்ந்து கவனித்த கதிராமன் திருப்தி அடைந்தவனாக வாய்க்காலுக்குப் போய் கைகாலைக் கழுவிக் கொண்டு வந்தான்.

முழுகிய கூந்தலை அள்ளிமுடிந்து அடக்கமாக உட்கார்ந்து தனக்குச் சோறு பரிமாறும் பதஞ்சலியைக் கதிராமன் கண்கொட்டாமல் பார்த்தான். அவளுடைய அகன்ற விழிகளில் அங்கே எரிந்து கொண்டிருந்த நெருப்பின் ஒளி பளபளத்தது. நீண்டு வளர்ந்து செழுமையாக இருந்த அவளுடைய விரல்களும், கைகளும் ஏதோ அபிநயம் பிடிப்பதுபோற் தோன்றின. நேரம் ஒரு உணர்ச்சியைப் பிரதிபலித்த அவளுடைய முகத்தை ஆசையுடன் பார்த்திருந்த் கதிராமனை நோக்கி, சாப்பிடுங்கோவன்! எனச் செல்லமாகக் கடிந்து கொண்டாள் பதஞ்சலி.

கதிராமன் ஆசையுடன் சாப்பிட்டுக் கொண்டிருந்தான். வாழ்க்கையில் உள்ள சின்ன விசயங்களையும் சுவைத்து அனுபவிக்கத் தெரிந்த அவன், அந்நிலையிலும் அவள் படைத்த உணவை மிகவும் ரசித்துச் சாப்பிட்டான். அவனுடைய கருமையான கட்டுடலையும், முகத்தில் அரும்பியிருந்த இளந்தாடியையும் கள்ளமாகப் பார்த்தவாறே அவனுக்கு மேலும் பரிமாறினாள் பதஞ்சலி. அவன் சாப்பிட்டு முடிந்ததும் தண்ணீரை எடுத்து அவனுடைய கைகளுக்கு ஊற்றித் தானே அவனுடைய கையைக் கழுவினாள். அவளுடைய மென்மையான விரல்களின் ஸ்பரிசம் அவனுக்குப் புதுமையானதொரு உணர்வை ஏற்படுத்தியது. இறுகப் பற்றிய அவனுடைய விரல்களை மெல்ல விடுவித்துக்

கொண்ட பதஞ்சலி, அவன் சாப்பிட்ட தட்டிலேயே தானும் சாப்பிட்டுவிட்டு எழுந்தாள்.

கதிராமன் கைத்தாங்கலாகப் பாயில் படுத்தபடி பதஞ்சலியையே பார்த்துக் கொண்டிருந்தான். வாய்க்காலில் பாத்திரங்களைக் கழுவிக் கொண்டிருந்த அவள், அடிக்கொரு தடவை அவனைத் திரும்பிப் பார்த்துக் கொண்டாள். அவர்களிடையே வெகுநேரமாகப் பேச்சுவார்த்தை இல்லாதிருந்தது. காட்டிலே தன்னிச்சையாக வாழும் மலைப்புறா ஜோடிகளைப் போல அவர்கள் ஒருவரை ஒருவர் பார்த்துக் கொண்ட பார்வையிலேயே ஆயிரம் அர்த்தங்களைப் பரிமாறிக் கொண்டனர்.

அவர்களுக்கு மேலே பெருமரம் ஒன்று நிலவுக்குக் குடைபிடித்தது. எங்கேயோ பிறந்த சின்ன நீரோடையொன்று கலகலவெனச் சிரித்தபடியே ஆடிவந்து, இருண்ட காட்டின் மத்தியில் ஆழமும், அமைதியுமாய்க் கிடந்த நீர்மடுவில் விழுந்து தழுவிச் சங்கமித்தது.

20

புத்தம் புதிய அனுபவங்களைக் கண்டு வியப்பும் மயக்கமும், மகிழ்ச்சியும் வேதனையும் கலந்ததோர் உணர்ச்சிக் கதம்பமாய் மணம் பரப்பிய பதஞ்சலி, கதிராமன் அணைப்பிலே பச்சைக் குழந்தையாய் உறங்கிக் கொண்டிருந்தாள். கீழ்வானம் சிவக்கும் வைகறைப் பொழுதிலேயே எழுந்து கொண்ட கதிராமன் பதஞ்சலியின் அணைப்பிலிருந்து தன்னை மெல்ல விடுவித்துக் கொண்டு எழுந்தான்.

அவன் அன்று பகலுக்குள் எத்தனையோ வேலைகளைச் செய்து முடித்தாக வேண்டியிருந்தது. உமாபதியாரின் மண்வெட்டி, கோடரி முதலியவற்றை அவன் எடுத்து ஒவ்வொன்றாகக் கவனித்தான். ஆயுதங்கள்தான் ஒரு தொழிலாளியின் உற்ற நண்பர்கள். உறுதியும், கூர்மையுமாய் விளங்கிய அந்த ஆயுதங்களைக் கண்டதும் கதிராமனுடைய தேகத்தில் புதுத்தெம்பு பாய்ந்தது.

வாழ்வதற்கு ஒரு குடிசை வேண்டும். அன்றாடத் தேவைகளைப் பூர்த்திசெய்ய ஒரு காய்கறித் தோட்டம் வேண்டும். இவற்றைவிட முக்கியமாக கமஞ்செய்ய விளைநிலம் வேண்டும்.

அவன் எதிரே அவனைப் பேணி வளர்த்த செவிலித் தாயான முல்லை அன்னை வளமிக்க மண்ணைத் தன்னகத்தே கொண்டவளாய், 'வா! என்னை வந்து பயன்படுத்தி வாழ்ந்துகொள்!' என்று அழைப்பது போன்றிருந்தது. கையிலே சிறந்த ஆயுதங்கள், உடலிலே வினை முடிக்கும் திறமை, நெஞ்சிலே வாழவேண்டுமென்ற வேட்கை என்பனவற்றைக் கொண்டிருந்த கதிராமன் சுருதியாகக் காரியத்தில் இறங்கினான்.

தன்னை மறந்து அயர்ந்து உறங்கும் பதஞ்சலி, அவன் காட்டிலே வெட்டிய கம்பு தடிகளைச் சுமந்துவந்து நிலத்திலே போட்ட ஓசையில் திடுக்குற்று விழித்துக் கொண்டாள்.

அதிகாலைப் பொழுதில் தனக்கு முன்னரே எழுந்து வேலையில் மூழ்கி சிரித்தபடியே நிற்கும் கணவனைப் பார்த்தபோது, பதஞ்சலியை வெட்கம் பிடுங்கித் தின்றது. சரேலென்று எழுந்துகொண்ட அவள் வாய்க்காலண்டைக்கு ஓடினாள். 'இண்டைக்கு விளையாடிக் கொண்டு நிக்க நேரமில்லை! கெதியிலை தேத்தண்ணியை வை! வெய்யில் ஏறமுதல் குடிலைக் கட்டிப்போட்டு, குமுளமுனைக்கு கிடுகு வாங்கப் போகோணும்!' என்ற கதிராமன், அந்தச் சுற்றாடலில் வசதியானதொரு மேட்டு நிலத்தைத் தேர்ந்தெடுத்து துப்பரவு செய்வதில் முயன்றான். மண்ணும், மண்வெட்டியும் அவன் எண்ணப்படியெல்லாம் இசைந்து கொடுத்தன. மண்ணைத் தோண்டி ஆழமான குழிகள் பறித்தான். அவற்றில் உறுதியான கப்புக்களை நாட்டினான்.

அவனருகே தேனீர் கொண்டு வந்த பதஞ்சலியிடம், 'எப்படி எங்கடை வீடு?' என்று கூறியபோது அவளுடைய கண்களில் பெருமை வழிந்தது.

'இதிலைதான் வீடும் தோட்டமும், பங்கை அதிலை பார் பள்ளக் காணியாய்க் கிடக்குது காடு! அதை வெட்டி எரிச்சுத்தான் வயலாக்கப் போறன்!' தேனீரைக் குடித்தவாறே அவன் தனக்கேயுரிய எளிமையான முறையில் விளக்கிக் கொண்டிருந்தான்.

பதஞ்சலிக்கு அந்த இடம் மிகவும் பிடித்திருந்தது. அருகே சலசலத்தோடும் வாய்க்கால் அதற்கப்பால் விரிந்து கிடக்கும் வயல்வெளி. இவற்றைச் சூழ்ந்து கிடக்கும் இருண்ட காடு. இவையெல்லாம் அவளுக்குச் சந்தோசத்தை அளித்தன. இவை எல்லாவற்றிற்கும் மேலாகக் கதிராமன் என்றும் தன்னுடனேயே இருப்பான், அவன் துணையொன்றே தனக்குப் போதும் என்ற எண்ணங்களே அவளுடைய உவகைக்கும் திருப்திக்கும் காரணமாக இருந்தன.

21

எளிமை நிறைந்த வாழ்விலே ஆசைகள் மிகக் குறைவு. மிகச் சிலவான ஆசைகளும் எளிமையாகவே இருப்பதனால் அவை இலகுவில் நிறைவேறி விடுகின்றன! அவை நிறைவேறிய திருப்தியுடன் வாழும் எளிமையான மக்களின் மனங்களில் நிராசைகளோ, ஏமாற்றங்களோ நிரந்தரமாகத் தங்கியிருந்து சினம், பொறாமை, கவலை முதலியவற்றைப் பெரிய அளவிலே பிறப்பித்து அவர்களை அலைக்கழிப்பதில்லை.

தண்ணிமுறிப்பு காடாகக் கிடந்த காலத்தில் அங்கு வந்து முதலில் குடியேறிய கோணாமலையர், தனக்கும் தனது குடும்பத்திற்கும் வேண்டியவற்றைத் தாமே விளைவித்துக் கொண்டு நிம்மதியாக வாழ்ந்திருந்தார். அப்போதெல்லாம் அவருக்கு அதிகமாக ஆசைப்படுவதற்குத் தெரிந்திருக்கவில்லை. ஆனால் கதிராமனும் மணியனும் வளர்ந்து ஆளாகி, அவருடைய வேலைகளில் பங்கெடுத்துக் கொண்டபோது அவருடைய வீட்டில் மாடுகன்று பெருகியது. வயல் வரப்பு நன்கு விளைந்தது. தேவைக்குச் சற்று இவை அதிகமாக இருந்த காலத்தில்தான் குளம் திருத்தப்பட்டு அதன் கீழ்க் கிடந்த காடுகள் கழனிகளாக மாறின. அதன் காரணமாக அயற்கிராமங்களைச் சேர்ந்த விவசாயிகள் அங்கு தமது வயல்களுக்கு அடிக்கடி வந்துபோகத் தொடங்கினர். ஒரு கணிசமான தொகையினர் ஆங்காங்கு தங்களுடைய வயலை அண்டிய இடங்களில் குடியேறவும் செய்தனர்.

கதிராமன், பாலியார் இவர்களை இந்த மாற்றங்கள் அதிகம் பாதிக்கவில்லை. ஆனால், மலையரோ காலக்கிரமத்தில் குறிப்பிடக்கூடிய அளவுக்கு மாறிப் போயிருந்தார். உத்தியோக நிமித்தமாக அங்குவந்து குடியேறிய காடியரும், மம்மது காக்காவும் இந்த மாறுதலுக்கு பெரிதும் காரணமாக இருந்தார்கள். 'என்ன மலையர்! நெடுக எருமையளை வைச்சுக் கொண்டு மாரடிக்கிறியள்! ஒரு உழவு மிசின் எடுத்தாலென்ன?'

என்று அடிக்கடி காடியர் சொல்வதும், 'கதிராமனுக்கு உழவு மிசினோடை பொம்பிளை தர குமளமுனைச் சிதம்பரியர் காத்திருக்கிறார்!' என்று மம்மது காக்கா கூறுவதையும் கேட்ட கோணாமலையர் மனதில், தன்னிடமும் உழவு இயந்திரம் இருந்தால் இன்னும் அதிக அளவில் கமஞ் செய்யலாம் என்ற ஆசைகள் தளிர் விட்டிருந்தன. அவை மெல்ல மெல்ல வளர்ந்து மனதின் அடித்தளம்வரை வேரெறிந்து விசாலித்து நின்றன. அவரின் ஆசை விருட்சத்தைக் கதிராமனுடைய செயல், புயலின் வேகத்துடன் உலுப்பிச் சரித்துவிடவே, இதுவரை அதிகம் வேதனைப் பட்டறியாத மலையர் வெகுண்டெழுந்தார். அவருக்கு ஏற்பட்ட அசாத்திய சினத்தில் எதையோவெல்லாம் செய்து தன்னுடைய ஆத்திரத்தைத் தீர்த்திருப்பார்.

ஆனால், உலக அனுபவமும், பேச்சு சாதுரியமிக்க காடியரின் முயற்சியினாலேயே அவர் ஓரளவு அடங்கிப் போனார். கதிராமன் காடு வெட்டிக் குடிசை போடுகிறான் என்று அறிந்ததுமே அவர் பொங்கி எழுந்தார். 'உவையள் இரண்டுபேரும் இஞ்சை தண்ணிமுறிப்பிலை இருக்க நான் விடுவனோ?' என்று சீறினார். யாருடைய நல்ல வேளையோ, காடியரும் அச்சமயம் மலையரின் பக்கத்தில் இருந்ததால், அவரை ஒருவாறு சமாதானப்படுத்த முடிந்தது. 'அவன் பொடியன் அவளை முடிச்சுக்கொண்டு போட்டான்! இனி நீங்கள் அதுகளை அடிச்சுக் கொல்லுறன், வெட்டிப் புதைக்கிறன் எண்டெல்லாம் வெளிக்கிடுறது அவ்வளவு வடிவாய் இல்லைப் பாருங்கோ! இனி வருங்காலத்திலை உங்களுக்கு நல்ல சீர் செல்வாக்கு எல்லாம் வரப்போகுது! தண்ணிமுறிப்பு இப்ப சின்னக் கிராமம் இல்லை! இதைச் செம்மலைக் கிராமச் சங்கத்திலை ஒரு வட்டாரமாக்கிறதுக்கு சேமன் பொன்னம்பலம் வேலை செய்யிறாராம்! அப்பிடி வந்திட்டுதே எண்டால் இங்கை நீங்கள்தானே போட்டியில்லாமல் மெம்பராய்ப் போவியள். இப்ப கண்டயடி கிறிமினல் வேலையிளிலை இறங்கினியளோ உங்கடை வருங்காலத்துக்குக் கூடாது! அவன் போனவன் போகட்டுமெண்டு தலை முழுகிப்போட்டு மற்ற விசயங்களைக் கவனியுங்கோவன்!' என்று அடுக்கிக் கொண்டே போன காடியர் தொடர்ந்து, 'ஏன் உங்கடை மணியனுக்கு இப்ப என்ன

வயசு? இருவத்தொண்டு இருக்குமெல்லே? ஏன் மணியனுக்கு அந்தக் குமுளமுனைச் சம்பந்தத்தை செய்தாலென்ன?' என்று வினயமாகப் பேசி மலையரின் மனதை மாற்றிவிட்டார்.

புதியதொரு வழியில் காடியர், மலையரின் மனதைத் திருப்பவே அத் திட்டத்தின் கவர்ச்சியில் எடுபட்டுப் போனார் அவர். எனவே தற்போதைக்குக் கதிராமனையும், பதஞ்சலியையும் வெட்டிப் புதைக்கும் முயற்சியைக் கைவிட்டிருந்தார். இருப்பினும் அடிக்கடி கொதித்துக் குமுறத்தான் செய்தார். அந்தச் சமயங்களில் தனது கோபத்தையெல்லாம் பாலியாரின் மேல் கொட்டித் தீர்த்துக் கொள்வது வழக்கமாய் போயிற்று. ஓசையின்றி ஒப்பாரியின்றி ஒரு சுமைதாங்கியைப் போல அவருடைய கோபத்தையும், தனது கவலைகளையும் சுமந்து கொண்டே வாழ்ந்தாள் பாலியார்.

கதிராமன் புறப்பட்டுப்போன இந்த ஒரு மாதத்திற்கு உள்ளாகவே மலையரின் வளவு தன் களையையும், கலகலப்பையும் இழந்திருந்தது. இயல்பாகவே சற்று விளையாட்டுத்தனம் கொண்ட மணியன், கதிராமனுடைய துணையும் மேற்பார்வையும் இல்லாத காரணத்தினால் அசிரத்தையாக இருக்கத் தலைப்பட்டான். கடைக்குட்டி ராசுவிற்கோ இவ்வளவு நாட்களும் பதஞ்சலியைக் காணாதது சப்பென்று இருந்தது. அவனுடன் சண்டை பிடித்து விளையாடுவதற்கு யாருமேயில்லை. பாலியார் நிலையோ வேறு!

பகலெல்லாம் மௌனமாக நின்று பங்குனிமாத வெய்யிலில் வெந்து இரவின் தனிமையில் நீர் சிந்தி இரங்கும் காட்டு மரங்களைப் போன்று பாலியாரும் பகல் முழுவதும் மனதுக்குள்ளேயே தன் மகனை எண்ணிப் புழுங்கி இரவெல்லாம் கண்ணீர் நிறைந்த நினைவுகளுடன் காலத்தைக் கழித்து வந்தாள். சற்று வெளிப்படையாகத் தெரியும் வகையில் அவள் எப்போதாவது சிந்தனையில் ஆழ்ந்து விட்டால் போதும், 'என்னடி! விடியாத முகத்தோடை திரியிறாய் மூதேவி!' என்று சினப்பார் மலையர். கவலைப்படுவதற்குக்கூட சுதந்திரம் இல்லாதவளாய் நெஞ்சுக்குள் பொருமிக் கொள்வாள் பாலியார்.

22

பாலைமரம் 'சிதறு பழம்' பழுக்கும் சித்திரை மாதக் கடைக்கூற்றில் வீட்டைவிட்டு வெளியேறிய கதிராமன் அயராது உழைத்தான். இப்போ பாலைகள் 'வாருபழம்' பழுக்கும் வைகாசி மாதம். கதிராமனுடைய குடிசைக்கு மேற்கே கிடந்த காடு இப்போ வெட்டி வீழ்த்தப் பட்டிருந்தது. சித்திரை இருபத்தெட்டு என்று அழைக்கப்படும் சோளகத்தின் பிரசவத்துக்கு முன்பே அவன் கீழ்காடு முழுவதையும் வெட்டியிருந்தான். பின் பெருமரங்களைத் தறித்து வீழ்த்தி, அவற்றின் கிளைகளையும் வெட்டி நெரித்து மட்டப் படுத்தியிருந்தான். சதா கோடரியும் கையுமாக வைகாசி மாத இறுதிவரை பிரயாசப்பட்ட அவனுடைய உள்ளங் கைகள், இரத்தம் கன்றிச் சிவந்து கரடுதட்டிப் போயின.

தங்களுடைய வாழ்வில் மலையர் தலையிட்டுத் தீங்கு செய்யாதது பதஞ்சலிக்குப் பெரிய ஆறுதலாக இருந்தது. நாளடைவில் பழைய குதூகலமான போக்கும் உற்சாகமும் அவளிடம் திரும்பி இருந்தன.

நிலத்தில் பொந்துகள் அமைத்து அவற்றினுள் கூடுகட்டி வாழும் நிலக்கிளிகள் மிகவும் அழகானவை! உற்சாகம் மிகுந்தவை! தண்ணிமுறிப்புப் பிரதேசத்தில் அதிகமாகக் காணப்படும் இந்த நிலக்கிளிகள் தாமிருக்கும் வளைகளைவிட்டு அதிக தூரம் செல்வதில்லை. அண்மையிலே கிடைக்கும் பூச்சி புழுக்களையும், தானியங்களையும் உண்டு வாழும் இந்தப் பறவைகள் தொடர்ந்தாற் போல் ஓரிடத்தில் தரித்திருக்காமல் அடிக்கடி நிலத்தை ஒட்டியவாறே பறக்கும் காட்சி, அவற்றின் அழகையும், குதூகலத்தையும் மேலும் மிகைப்படுத்திக் காட்டும்.

பதஞ்சலியும் ஒரு நிலக்கிளியைப் போலவே தான் வாழ்ந்த சின்னஞ்சிறு குடிசையையும், கதிராமனையுமே தனது உலகமாகக் கொண்டிருந்தாள். வேலை எதுவும் இல்லாத சமயங்களில், பக்கத்திலே உள்ள பாலை மரங்களின் தாழ்ந்த

கிளைகளில் ஏறிப் பழங்களைப் பறித்துவந்து கதிராமனுக்குக் கொடுத்து உண்பாள். அவர்களுடைய குடிசையை அண்டிய காட்டுக் குறையிலே மான்கள் கிளையாக வந்து நிற்கும்போது அவற்றை நோக்கிக் களிப்புடன் ஓடுவாள். பிலக்காட்டில் கதிராமன் பாடுபடுகையில், 'வெய்யிலுக்கை நிக்காதை!' என்று அவன் ஏசினாலும் அதைப் பொருட்படுத்தாது அவனைச் சுற்றிவந்து தன்னாலான வேலைகளைச் செய்வாள்.

நாள் முழுவதும் இடுப்பொடிய வேலை செய்துவிட்டு இரவில் ஒருவரின் அணைப்பில் ஒருவர் ஒண்டிக் கொள்ளும் வேளையில், அவன் தன்னுடைய முரட்டு விரல்களினால் பதஞ்சலியின் உள்ளங் கைகளைத் தடவிப் பார்ப்பான். கடுமையான வேலைகளைச் செய்து கன்றிப் போயிருக்கும் அந்த மென்மையான கைகளைத் தன் முகத்தோடு சேர்த்தணைத்தவாறு அவன் நித்திரையாகிப் போவான்.

வைகாசி கழிந்து ஆனி வந்தது. நீர் நிலைகளையும், பசுமையையும் வறட்டும் சோளகக் காற்று, கதிராமன் வெட்டியிருந்த காட்டையும் சருகாகக் காய்ச்சியிருந்தது. ஆடி பிறந்ததும் அதற்கு நெருப்பு வைக்க வேண்டுமென அவன் எண்ணியிருந்தான். மரங்களையெல்லாம் வெட்டி அப்புறப்படுத்தி, தோட்டப்பயிர் செய்வதற்கு அரை ஏக்கர் நிலத்தைத் தயார்படுத்திக் கொண்டான். அவர்களுடைய குடிசையிலிருந்து சற்றுத் தூரத்திலிருந்த வாய்க்காலில், வயல் விதைக்கும் காலங்களில்தான் தண்ணீர் பாயும். எனவே அவன் தன்னுடைய புதிய வளவுக்குள்ளேயே ஒரு கிணற்றையும் வெட்ட ஆரம்பித்தான். வெகு சீக்கிரத்தில், வாய்க்காலில் நீர் வற்றுவதற்கு முன்பாகவே அவன் வெட்டிய கிணற்றில் துல்லியமான நீர் சுரக்கத் தொடங்கி விட்டது. கிணற்றில் நீரைக் கண்டதுமே தோட்டம் அமைப்பதற்கான முயற்சிகளில் தீவிரமாக இறங்கினான் கதிராமன்.

உமாபதி இறக்கும்போது பதஞ்சலியிடம் அவர் விட்டுச் சென்ற பணம் இருநூறு ரூபாய்வரை இருந்தது. அதில் ஐம்பது ரூபாய்க்கு மேல் உமாபதியாரின் ஈமச்சடங்குகளுக்குச் செலவாகி விட்டிருந்தது. எஞ்சியிருந்த பணத்தில் விதைநெல்

வாங்குவதற்கென எண்பது ரூபாய் எடுத்து வைத்திருந்தான். மிகுதிப் பணத்தில் குடிசைக்குத் தேவையான கிடுகு, பதஞ்சலிக்குச் சேலைகள், தனக்கு சாறம் முதலியவற்றையும், உணவுப் பொருட்களையும் வாங்கியிருந்தான்.

எனவே வருமானம் இல்லாத நாட்களில் அவர்கள் மிகவும் சிக்கனமாக வாழவேண்டியிருந்தது. பிறந்தது தொட்டுப் பச்சையரிசிச் சோற்றையே உண்டுவந்த அவர்கள், இப்போ கோதுமை மாவுடனும், மரவள்ளிக் கிழங்குடனும் காலத்தைக் கழித்தனர். பதஞ்சலியின் கைப்பாங்கில் தயார் செய்யப்பட்ட உணவு வகைகள் எளிமையாக இருந்தாலும் சுவையாக இருந்தன. நாள் முழுவதும் வியர்வை சிந்த வேலை, அதனால் ஏற்படும் பசி, அதைத் தொடர்ந்துவரும் நிம்மதி நிறைந்த நித்திரை, இவையெல்லாம் அந்த இளம் தம்பதிகளின் அழகுக்கு மேலும் மெருகையும், ஆரோக்கியத்தையும் அளித்தன.

23

ஆனி மாதக் கடைசியில் ஒருநாள் இருட்டும் சமயத்தில் கோணாமலையர் குமுளமுனையிலிருந்து புறப்பட்டுத் தண்ணிமுறிப்பை நோக்கி வேகமாக நடந்துகொண்டிருந்தார். அத்தி பூத்ததுபோலக் குமுளமுனைக்குச் சென்று, இருட்டும் சமயத்தில் வீடு திரும்பிக் கொண்டிருந்த மலையரின் முகம் கோபத்தினால் விகாரப்பட்டு இருண்டு கிடந்தது.

கதிராமன் அவரைவிட்டுப் பிரிந்து சென்றதன் பின்னர் மலையர் வளவில் இவ்வளவு காலமும் திகழ்ந்த செந்தழிப்பு அழிந்துவிட்டிருந்தது. எருமைகளை மேய்ப்பாரில்லை. அவை கட்டாக்காலியாகத் திரிந்தன. தோட்டத்தில் முறையாக இறைப்பு நடக்காததால் புகையிலைக் கன்றுகள் சேட்டமின்றி நின்றன. இதைப்போலப் பல அன்றாட அலுவல்களிலும் கதிராமன் இல்லாததால் ஏற்பட்ட பாதிப்புத் துலாம்பரமாகத் தெரிந்தது. இதற்கெல்லாம் ஒரு முடிவு கட்டவேண்டும். அடுத்து வரும் ஆவணியில், மணியனுக்கு, குமுளமுனை சிதம்பரியரின் மகளைப் பேசி முடிக்க வேண்டும். உழவு இயந்திரம் வீட்டுக்கு வந்துவிட்டால் இன்னமும் நான்கு துண்டுக் காணி குத்தகைக்கு எடுத்து விதைக்க வசதிப்படும் என்றெண்ணிய மலையர், ஆனி முடிவதற்குள் திருமணப் பேச்சுவார்த்தைகளை முடித்துவிட வேண்டுமென்ற துடிப்புடன் சிதம்பரியர் வீட்டுக்குச் சென்றிருந்தார்.

மலையர் எண்ணிப்போன விசயம் கைகூடவில்லை. ‘நீங்கள் கோவிக்கக் கூடாது மலையர்! உங்கடை கதிராமனுக்கு என்ரை பொட்டையைச் செய்யவேண்டும் எண்டுதான் நான் நெடுக விரும்பியிருந்தனான். ஆனா அதுக்குக் குடுத்து வைக்கேல்லை! உங்கடைய மணியனுக்கும் என்ரை பொடிச்சுக்கும் ஒரு வயசுதானே! கடைசி ஒரு மூண்டு நாலு வயசெண்டாலும் வித்தியாசம் இருக்கிறதுதான் நல்லது!’ என்று சிரித்துக்கொண்டே சிதம்பரியார் கூறி, தனக்கு இந்த

விசயத்தில் விருப்பம் இல்லை என்பதை மிகவும் நாசூக்காகத் தெரிவித்துவிட்டார். ஆனால் உண்மையிலேயே மணியன், கதிராமனைப் போலச் சிறந்த உழைப்பாளி இல்லை என்பதுதான் அவர் மறுத்ததின் காரணம் என்பதை மலையர் அறிவர். இந்த வயதுப் பிரச்சினையைக் கிளப்பி, சிதம்பரியார், தனது கடைசி நம்பிக்கையையும் பாழடித்துவிட்டார் என்பது மலையருக்கு நன்கு விளங்கியது.

'அவன்ரை வீட்டு முத்தம் மிதிச்சு நான் போய்க் கேட்டதுக்கு சிதம்பரியான் இப்படிச் சொல்லிப் பேட்டான். உழவுமிசின் வைச்சிருக்கிற படியாலேதான், இவனுக்கு இவ்வளவு கெப்பேர், சீவனோடை இருந்தால், இந்த விதைப்புக்கு முன்னர் நானும் ஒரு மிசின் எடுக்கவேணும்! அப்பதான் என்ரை மனம் ஆறும்!' என்று மலையர் அந்த இருட்டில் தனக்குத் தானே சொல்லிக்கொண்டு நட்சத்திரங்களின் ஒளியில் தண்ணிமுறிப்பை நோக்கி நடந்து கொண்டிருந்தார்.

உழவு இயந்திரம் வாங்கவேண்டும் என்று இதுவரை மலையர் எண்ணியது கிடையாது. மூன்று ஏக்கர் வயலும், எருமை பசுமாடுகளுந்தான். அவரிடம் பணமாய்ப் பெருந்தொகை எதுவுமிருக்கவில்லை. வருடா வருடம் நெல்விற்கும் வகையில், ஐநூறோ ஆயிரமோ கிடைக்கும். அதுவும் துணிமணி, நாள் விசேசங்கள், அவருடைய குடி முதலியவற்றில் செலவழிந்துவிடும். இப்போது கையில் ஒரு ஆயிரம் ரூபாய் வரையில் இருந்தது. இச் சிறுதொகை உழவுயந்திரம் வாங்குவதற்குப் போதாது. இருபத்தைந்து ஆயிரத்துக்கு புதுமிசின் ஒன்று வாங்கத் தன்னால் முடியாவிடினும், அரைப்பழசு மிசினாவது ஒன்று வாங்கவேண்டுமென்று, கணக்குப் போட்டுப் பார்த்தார் மலையர். எப்படியென்றாலும், தன்னுடைய வயலை ஈடுவைத்தாவது அதுவும் போதாவிடில் மாடுகளை விற்றாவது ஒரு உழவு இயந்திரம் வாங்கியே தீரவேண்டுமெனச் சங்கல்பம் செய்துகொண்ட மலையர் இப்போ தண்ணிமுறிப்பை நெருங்கிக் கொண்டிருந்தார்.

அவர் குமுளமுனையிலுள்ள சிதம்பரியார் வீட்டுக்குச் செல்லும்போது கதிராமனுடைய குடிசைக்குப் போகும்

ஒற்றையடிப் பாதையைக் கடந்துதான் சென்றார். ஆனால் அந்தப் பக்கமே பார்க்க விரும்பாதவர்போல் நெஞ்சை நிமிர்த்திக் கொண்டே சென்றார். இப்போது, தான் எண்ணிச் சென்ற நோக்கம் கைகூடாமல் போகவே, அவருடைய சினம் எல்லை மீறிவிட்டது. 'இந்தப் பொறுக்கியாலைதானே நான் இண்டைக்குப் போகாத இடமெல்லாம் போய் மொக்கயீனப் பட்டுக்கொண்டு வாறன் என்று என்று உறுமியவாறே கதிராமனுடைய குடிசை இருந்த திசையில் நின்று நிதானித்து நோக்கினார்.

மங்கலான நிலவொளியில், கதிராமன் வெட்டியிருந்த காடு வெளிப்பாகத் தெரிந்தது. 'நான் நினைச்ச காரியங்களுக்கெல்லாம் மண்விழுத்திப் போட்டு, அந்த வம்பிலை பிறந்தவளோடை இவன் இஞ்சை காடுவெட்டி வயல் செய்யவோ?' என்று மலையரின் நெஞ்சு கொதித்தது. உழவு இயந்திரம், நாலுபேரின் மதிப்பு என்றெல்லாம் மலையர் கட்டி எழுப்பிய ஆசைகளைக் கதிராமன் சிதைத்துவிட்டான். குமுளமுனைச் சிதம்பரியர் வீட்டில் அவர்பட்ட அவமானம், அவருடைய மனதை நிலைகுலையச் செய்துவிட்ட இந்த வேளையிலே அவருடைய நெஞ்சில் குரூரமானதொரு எண்ணம் உதித்தது. இவனுக்கு இண்டைக்குச் செய்யிறன் வேலை! என்று உறுமியவாறே மலையர் தன் மடியைத் தடவினார். அங்கு நெருப்புப் பெட்டி தட்டுப்பட்டது. அதைக் கையில் எடுத்துக்கொண்டு அந்த ஒற்றையடித் தடத்தில் இறங்கி, கதிராமன் வெட்டியிருந்த காட்டை நோக்கி நடந்தார் மலையர்.

காட்டை வெட்டி வீழ்த்தி, நெரித்து, அது நன்றாக வெய்யிலிலும், காற்றிலும் காய்ந்து சருகான பின்புதான் நெருப்பு வைப்பார்கள். காட்டுக்குத் தீ வைக்கும்போது மிகவும் பயபக்தியோடுதான் செய்வார்கள். பங்குனி, சித்திரை மாதங்களில் காட்டை வெட்டினால் அது நன்றாக உலர்ந்து, ஆடி மாதத்தில் நெருப்புக் கொடுப்பதற்குத் தயாராக இருக்கும். ஐயனை வேண்டிக்கொண்டு கற்பூரம் கொளுத்தி, தேங்காய் உடைத்து, அந்தக் கற்பூரச் சுடரிலேயே தென்னோலைச் சூழ்களைக் கொளுத்தி, அவற்றைக் கொண்டு காற்றின் திசைக்கேற்ப காட்டுக்குத் தீ வைப்பார்கள். வெட்டிய காடு

நன்றாகப் பற்றிப்பிடித்து எரியாவிட்டால், ஆங்காங்கே ஊடுபற்றி எரிந்துவிட்டால், சருகுகள் மட்டும் கருகிப்போய் பெருமரங்களும், கிளைகளும் எரியாது எஞ்சிவிடும். பின்னர் அவ்வளவு மரங்களையும், கிளைகளையும் தறித்து அப்புறப் படுத்துவதற்கு மிகவும் செலவாகும். பலரைக் கூலிக்கமர்த்தி வேலை வாங்கப் பணவசதி உள்ளவர்களால்தான் முடியும். எனவேதான் கதிராமனும் ஆடி பிறக்கட்டும், காட்டுக்கு நெருப்பு வைக்கலாம் என்றெண்ணி, அதற்கு வேண்டிய பொருட்களையும் சேகரித்துக் கொண்டு சரியான சமயத்துக்குக் காத்திருந்தான்.

மகனுடைய எண்ணத்தில் மண்போட வேண்டும், அவன் படுகாடு வெளியாக்க முடியாமல் அவதிப்பட வேண்டும் என்று கறுவிக்கொண்டே, வஞ்சம் தீர்ப்பதற்கு மலையர் துணிந்துவிட்டார். வேண்டுமென்றே வெட்டிய காட்டின் மேல்காற்றுப் பக்கமாகப் போய் ஓரிடத்தில் குந்திக்கொண்டு, சருகுகளைக் கூட்டிக் குவித்து அதற்கு நெருப்பு வைத்தார். நாள் முழுவதும் பாடுபட்டு உழைக்கும் கதிராமனும், பதஞ்சலியும் வேளைக்கே நித்திரைக்குச் சென்றிருந்தனர். எனவே, மலையர் நிதானமாக நாலைந்து இடங்களில் காடு ஊடுபற்றி எரியும் வகையில் நெருப்பு மூட்டிவிட்டுக் குரூரமாகச் சிரித்துக் கொண்டே தனது வீட்டை நோக்கிப் புறப்பட்டார். அவருடைய நெஞ்சில் கொழுந்துவிட்டு எரிந்த சினமென்னும் தீ, இச் செயலின்பின் பெருமளவு தணிந்து காணப்பட்டது. ஆனால் அவர், கதிராமன் வெட்டிய காட்டுக்கு வைத்த தீ, ஆங்காங்கு வளர்ந்து பற்றிக் கொண்டிருந்தது.

24

மலையர் தான் பெற்ற மகனுக்கு வஞ்சனை செய்தபோதும், அவனை வளர்த்த செவிலித் தாயான முல்லையன்னை அவனை வஞ்சிக்க மனதில்லாதவளாய், வெட்டுக் காட்டிலே மலையர் இட்ட நெருப்பை நன்றாகவே பற்றவைத்துக் கொண்டிருந்தாள்.

இந்தச் சமயம் காற்றும் விழுந்துவிடவே, உலர்ந்து கிடந்த அந்தக் காட்டில் நெருப்பு கொழுந்துவிட்டு எரிந்தது. தாவியெழுந்த செந்தீயின் நாக்குகள் காட்டை நக்கியெடுத்தன. சுள்ளிகள் சடசடவென வெடித்தன. உய்யென்ற இரைச்சலுடன் தீச்சுவாலை உயரே எழுந்தது. அந்தச் சுற்றுவட்டாரத்தையே ஒளிமயமாகக் கொண்டு எரிந்த காடு புகை கக்கியது.

கதிராமன் புகை நெடியை உணர்ந்து விழித்தபோது, எங்கோ நெருப்புப் பிடித்துக் கொண்டதென்பதைப் புரிந்து கொண்டான். சரேலென்று எழுந்தவன், பதஞ்சலியை அப்படியே வாரித் தூக்கிக்கொண்டு குடிசைப் படலையை உதைத்துத் திறந்து வெளியே வந்தான். அவன் நினைத்ததுபோல் குடிசையில் நெருப்புப் பிடித்திருக்கவில்லை. அவன் வெட்டியிருந்த காடு, குடிசையிலிருந்து ஏறக்குறைய நூறுபாகத் தொலைவில் இருந்த படியால் குடிசைக்கு எந்தவித ஆபத்தும் ஏற்பட இடமிருக்கவில்லை. இதற்குள் விழித்துக்கொண்ட பதஞ்சலி, 'என்ன காடு எரியுது?' என்று பதறிப்போய்க் கேட்டதற்கு, 'ஆரோ காட்டுக்கு நெருப்பு வைச்சிட்டாங்கள் பதஞ்சலி!' என்று அமைதியாகக் கூறிய கதிராமன், மேலே வானத்தையும், சுற்றாடல் காடுகளையும் ஒருதடவை கூர்ந்து கவனித்தான். நெருப்பின் ஒளியில் அவனுடைய முகத்தில் ஒரு மந்தகாசமான புன்னகை பிறந்ததைப் பதஞ்சலி கண்டாள். 'ஆரோ வேணுமெண்டுதான் நெருப்பு வைச்சிருக்கினம். ஆனால் காட்டுக்கு நெருப்பு வைக்கிறதுக்கு இதைவிட நல்லநேரம் தேடினாலும் கிடைக்காது!.. பார்! .. காடு என்னமாதிரி எரியுதெண்டு! .. விடியமுன்னம் முழுக்க எரிஞ்சுபோடும்!'

என்று உற்சாகமாக விசயத்தை விளக்கினான் அவன். பயம் அகன்ற பதஞ்சலி, எரியும் காட்டை வேடிக்கை பார்த்துக் கொண்டு நின்றாள்.

கதிராமன் தங்கள் குடிசைக்கு வரும் ஒற்றையடிப் பாதையருகில் சென்று குனிந்து கவனமாகப் பார்த்தான். எரியும் காட்டின் பிரகாசமான ஒளியில், அந்தப் பாதையில் காணப்பட்ட காலடித் தடங்கள் தெளிவாகத் தெரிந்தன. அவற்றைப் பார்த்துவிட்டுப் புன்முறுவலுடன் வந்த கதிராமன், 'நான் நினைச்சது போலை அப்புதான் காட்டுக்கு நெருப்பு வைச்சிருக்கிறார். அதுதானே காடு இப்பிடி முளாசி எரியுது!' என்று சிரித்தான்.

முற்கோபக்காரர் மூட்டும் தீ உடனே பற்றி நன்றாக எரியுமென்பது இங்குள்ள மக்களின் நம்பிக்கை. எனவே மலையரைவிட இந்த வேலையைச் செய்வதற்கு தகுதி வாய்ந்தவர்கள் இந்தப் பகுதியிலேயே கிடையாது! அதை எண்ணித்தான் கதிராமன் சிரித்துக் கொண்டான். பதஞ்சலி உடனே கலகலவென்று சிரித்துவிட்டாலும், மறுகணம் மலையர் ஏன் காட்டுக்கு நெருப்பு வைக்கவேண்டும் என்பதை நினைத்துக் கலவரப்பட்டுப் போனாள். அதைக் கண்ட கதிராமன், 'எல்லாம் நன்மைக்குத்தான் நடக்குது! வா நாங்கள் படுப்பம்!' என்று அவளை அணைத்துக் கொண்டான்.

மலையர் என்ன நினைத்துக் கொண்டு காட்டுக்குத் தீ வைத்தாரோ அதற்கு நேர்மாறாகக் காடு நன்றாகவே எரிந்திருந்தது. அடுத்த நாள், மாலையில் வானம் இருண்டு நல்லதொரு மழையும் பெய்யவே கதிராமன்பாடு கொண்டாட்டமாகி விட்டது. ஏனெனில் எரிந்த காட்டின் மண்ணில் கிடக்கும் வேர்கள் நன்றாக வெந்த நிலையில் இருக்கையில், மழைபெய்து அவை திடீரெனக் குளிர்ந்தால், அந்த வேர்களிலிருந்து மீண்டும் தளிர்கள் கிளம்பாது. இது கதிராமனுக்கு எவ்வளவோ நன்மையாக இருந்தது. அவன் மறுநாளே பில வெளியாக்குவதில் முழுமூச்சுடன் முனைந்தான்.

25

கதிராமனுக்குக் கிடைத்த அதிட்டத்தையிட்டுப் பொறாமைப் படுவதற்குக்கூட நேரமின்றிக் கோணாமலையர் உழவு இயந்திரம் வாங்குவதற்காகத் தீவிர முயற்சி எடுத்துக் கொண்டிருந்தார். நல்லதொரு நாளிலே முல்லைத்தீவுக்குச் சென்று, அங்கு வாழும் செல்வந்தரான சின்னத்தம்பியரிடம், தன்னுடைய வயலை ஈடாக வைத்து மூவாயிரம் ரூபாயைப் பெற்றுக் கொண்டார்.

தண்ணீரூற்றில் இருக்கும் மெக்கானிக் நாகராசாவுடன் கலந்து ஆலோசித்ததன் பின்னர், உருப்படியாக ஒரு உழவு இயந்திரமும், கலப்பையும் வாங்குவதற்கு இன்னமும் மூவாயிரம் ரூபாய் வேண்டியிருந்தது. எனவே கையோடு நீராவிப்பிட்டி இப்றாகீமைக் கூட்டிக்கொண்டு வந்து தன் எருமை, பசு மாடுகளில் முக்கால் பங்கைப் பெற்று இரண்டாயிரம் ரூபாயைப் பெற்றுக்கொண்டார். ஏற்கெனவே கைவசமிருந்த ஆயிரம் ரூபாவுடன் இப்போது மொத்தமாக ஆறாயிரம் ரூபா தேறியது. அதை எடுத்துக் கொண்டு மெக்கானிக் நாகராசாவின் உதவியோடு, முள்ளியவளையிலுள்ள ஒருவரிடம் ஆறாயிரம் ரூபாவுக்கு ஒரு உழவு இயந்திரமும், கலப்பையும் வாங்கிக்கொண்டார் மலையர். அவர் வாங்கிய உழவு இயந்திரம் சற்றுப் பழையதாக இருந்தாலும், அதைப் பார்க்குந் தோறும் மலையருக்குப் பெருமை பொங்கி வழிந்தது. நாகராசா ஒரு றைவரையும் மலையருடன் கூட அனுப்பி வைத்தான். மலையருடைய அறியாமையையும், ஆசையையும் தனக்குச் சாதகமாகப் பயன்படுத்திக் கொண்ட மெக்கானிக் நாகராசாவுக்கு இந்த வியாபாரத்தில் ஒரு கணிசமான தரகுத் தொகை கிடைத்திருந்தது.

தண்ணிமுறிப்பை நோக்கிக் கடபுடாச் சத்தங்களுடன் சென்று கொண்டிருந்த உழவு இயந்திரத்தின் மட்காட்டைப் பிடித்துக்கொண்டு பெரும் பிரயத்தனத்துடன் பயணம் செய்து

கொண்டிருந்தார் மலையர். அவரின் உள்ளம் பெருமையால் நிறைந்திருந்தாலும், றைவர் அடிக்கடி பீடி புகைத்துக் கொண்டும், அலட்சியமாக உழவு இயந்திரத்தைச் செலுத்திக் கொண்டும் சென்றது அவருக்கு அவ்வளவாகப் பிடிக்கவில்லை. மிசின் றைவர்மார் எல்லாரும் இப்பிடித்தானாக்கும், கெதியிலை மணியனுக்கு மிசின் ஓடப் பழக்கிப்போட்டால் பிறகேன் இவனை, என்று தனக்குள் திட்டமிட்டுக் கொண்டார் மலையர்.

குமுளமுனையை நெருங்கியதும், மணியனுக்குப் பெண்தர மறுத்த சிதம்பரியரின் வீட்டுக்கு முன்பாக வேண்டுமென்றே மிசினைச் செலுத்த வைத்து அபாரத் திருப்திப் பட்டுக்கொண்டார் மலையர்.

உழவு இயந்திரம் கதிராமனுடைய குடிசையிருந்த இடத்தைக் கடந்து செல்கையில், மலையர் அந்தப் பக்கம் திரும்பி ஒரு பெருமிதப் பார்வையைப் படரவிட்டார். தனது ஆசை நிறைவேறிய களிப்பில், கதிராமன்மேல் அவருக்கிருந்த கோபங்கூடச் சற்றுக் குறைந்துவிட்டது போலிருந்தது.

வண்டில் விடுவதற்கெனப் போட்டிருந்த கொட்டகையினுள் உழவு இயந்திரம் பக்குவமாக நிறுத்தப்பட்ட பின்னர்தான் மலையருக்கு நிம்மதி ஏற்பட்டது.

கோணமாமலையர் உழவு இயந்திரம் வாங்குவதற்கு எடுக்கும் முயற்சிகள் பற்றி கதிராமன் அறிந்திருந்தான். அதையிட்டு அவன் அதிகம் பொருட்படுத்தாதுவிடினும், தானும் மணியனும் எவ்வளவோ சிரமப்பட்டு பெருக்கிய கறவையினத்தை, மலையர் மிசின் வாங்குவதற்காக இறைச்சிக்கு விற்றுவிட்டார் என்பதை அறிந்தபோது அவனுடைய மனம் மிகவும் வருந்தியது. ஆனால் அடுத்த நிமிடம், உழவு இயந்திரம் வாங்கியதன்மூலம், தன் பெற்றோரின் வாழ்க்கை சிறப்புற்றால் அதுவும் நல்லதுதானே என எண்ணிக்கொண்டு தன்னுடைய வேலைகளில் கவனஞ் செலுத்தினான் கதிராமன்.

26

கதிராமனுக்கும், பதஞ்சலிக்கும் இப்போ அந்தப் புதுக்காடுதான் உலகமாக இருந்தது. ஆவணி முடிவதற்கு முன்னர் அவர்களுடைய புதுப்பிலவு நிலம் வெளியாக்கப்பட்டு, நாற்புறமும் உறுதியான வெட்டு வேலியுடன் விளங்கியது. சுமார் மூன்று ஏக்கர் பரப்பான அந்தக் கன்னி நிலத்தில் சாம்பர் படிந்த வளமான இருவாட்டி மண் பூத்துப்போய்க் கிடந்தது.

புரட்டாதி பிறந்ததும் நெல் கொத்தும் வேலை ஆரம்பமாகியது. நல்லதொரு வித்துநாளின் விடிகாலைப் பொழுதிலே கற்பூரம் கொளுத்தி ஐயனை வேண்டிக்கொண்டு சிறிது விதைநெல்லை விதைத்தான் கதிராமன். இந்த நெல்கொத்தும் வேலையில் கதிராமனுக்குச் சமமாக பதஞ்சலியும் ஈடுபட்டாள். நெல்கொத்து பத்து நாட்களுக்குள்ளேயே முடிந்துவிட்டது. புரட்டாதி எறிப்பில் விதைக்கப்பட்ட நெல்மணிகள் புழுதி குடித்தவாறு மழையைக் காத்துக் கிடந்தன. இந்நாட்களில் கதிராமன் கடுமையாக உழைத்து அந்தக் காணியைச் சுற்றிக்கிடந்த வெட்டுவேலியின் வெளிப்புறத்தே ஒருபாக அகலத்துக்கு நிலத்தை வெளியாக்கி, சாமம் உலாத்துவதற்கு வசதி செய்துகொண்டான். ஆங்காங்கு தீவறைகள் மூட்டுவதற்கு வசதியாகப் பட்டமரங்களையும் எரிந்த கட்டைகளையும் குவித்து வைத்துக் கொண்டான்.

ஆடி உழவு தேடி என்பார்கள். மலையரின் வயலிலே இந்த வருடந்தான் ஆடி உழவு தவறிவிட்டிருந்தது. உழவு நடக்கவேண்டிய சமயத்தில் எருமைக் கடாக்களை விற்றுப் பணமாக்கியிருந்தார் மலையர். உழவு இயந்திரம் அவருடைய வீட்டுக்கு வருமுன்பே ஆடிமாதம் ஓடி மறைந்துவிட்டது.

எனவே, இப்போது ஈரங்காய்ந்து, நிலம் உலர்ந்துபோன மலையரின் வயலில் அவர் வாங்கிய உழவுயந்திரம் புற்களை விறாண்டி வலித்துக் கொண்டிருந்தது. பழைய கலப்பை ஆனதால் கொழுக்கள் ஆழமாக உழாமல் மேலோட்டமாகப்

மண்ணையும் புல்லையும் விறாண்டிக் கொண்டிருந்தன. மணியன் றைவருக்குப் பக்கத்தில் மட்காட்டைப் பிடித்தவாறு புட்போட்டில் நின்றுகொண்டிருந்தான்.

மலையருக்கு உழவைப் பார்க்கையில் எரிச்சலாக வந்தது. மாடுகட்டி உழுதாலும் இந்நேரம்வரை வயல் முழுவதையும் பாடுபாடாகப் புரட்டி உழுதிருப்பார். அவரது கையில் மீதியிருந்த பணமும், உழவு இயந்திரத்துக்கான டீசல் அடிக்கவும், ஒயில் வாங்கவும் கரைந்து கொண்டிருந்தது. அவருடைய மெசினும், கலப்பையும் சரியில்லாத காரணத்தினால் வேறு எவரும் கூலிக்கு அவரைக் கேட்கவில்லை. ஏதோ தானும் விதைத்தேன் என்ற சாட்டுக்கு புழுதி விதைப்புப் போட்டிருந்தார் மலையர்.

இப்போதெல்லாம் மணியனுக்குத் தோட்ட வேலைகளிலோ, வீட்டு வேலைகளிலோ ஈடுபாடு இருக்கவில்லை. முன்பெல்லாம் தானுண்டு தனது வேலையுண்டு என்றிருந்தவன், இப்போது முற்றிலும் மாறிப் போயிருந்தான். உழவு யந்திரத்துடன் கூடவே வந்த றைவர், மணியனுடைய நெருங்கிய நண்பனாகவும் மரியாதைக்குரிய குருவாகவும் இருந்தான். உழவு இயந்திரத்தை இயக்கும் பாடத்தை மட்டுமல்ல, நாகரிகமடைந்த இளசுகள் விரும்பிப் பயிலும் பல்வேறு பாடங்களையும் இந்தக் குருவிடமே மணியன் சிறிதுசிறிதாகக் கற்றுக்கொண்டான். இதன் முடிவு மலையரின் பணம் முற்றாகவே கரைந்து போயிற்று.

27

ஐப்பசி பிறந்தது. கூடவே முதல் மழையும் பெய்தது. மண்ணில் மறைந்து கிடந்த நெல்மணிகள் முளைவிட்டன. ஈரம் சுவறிக் கடுமையாய்க் கிடந்த வளமான மண்ணின் மடியில் பயிர் முனைகள் தோன்றின. கார்த்திகை முற்பகுதிக்குள் கதிராமனுடைய புதுப்பில இளம் பச்சைப் போர்வையால் தன்னை மூடிக்கொண்டது. திரும்பிய திசையெல்லாம் ஈரங்குளித்த பசுமை! புதுக்காடு செய்யவேண்டும் அல்லது புதையல் எடுக்கவேண்டும் என்பர்! இம்முறை அதிகம் மழை பெய்யாதிருந்துங்கூட புதுக்காடு சேட்டமாகத்தான் இருந்தது. மண்ணின் வளத்தை உண்டு மதர்த்து வளரும் நெற்பயிர்கள் மத்தியில் பதஞ்சலியும், கதிராமனும் கைகோர்த்துத் திரிந்தார்கள். கண்ணை இமை காப்பதுபோல் தனது வயலைக் காத்துவந்த கதிராமனுடைய கைதேர்ந்த பராமரிப்பில் அவனுடைய வயல் செழித்து வளர்ந்தது. குடலைப் பருவம் கடந்தது. பார்த்த கண்ணுக்குக் கதிராகிப் பின்பு கலங்கல் கதிராகி இறுதியில் ஒரே கதிர்க்காடாகக் காட்சியளித்தது. அத்தனையும் பதரில்லாத அசல் நெல்மணிகள்!

கதிராமனுடைய வளவும் வளங்கொழித்தது. தோட்டத்தில் கத்தரியும், கொச்சியும், வெங்காயமும், வெண்டியுமாகத் தளதளவென வளர்ந்து நின்றன. அவை பிஞ்சுபிடித்துக் காய்த்துக் குலுங்கியபோது பதஞ்சலி மகிழ்ச்சியில் திளைத்தாள்.

கதிராமனுடைய வயலும் வளவும் எவ்வளவு செழிப்புற்றதோ அதற்கு மாறாக, மலையரின் தோட்டமும், தரையும் வழமையான செழிப்பை இழந்துபோய் ஏதோ கடமைக்கு விளைந்திருந்தன.

இவற்றையெல்லாம் கண்ட மலையர் உற்சாகமிழந்து போனார். அவலநிலைக்குத் தாழ்ந்து கொண்டிருக்கும் அந்தச் சூழலில் துணிவோடு இறங்கி அவற்றைத் திருத்தும் நோக்கமே இல்லாது, அடிக்கடி காடியர் வளவுக்குப் போக

ஆரம்பித்தார். நல்லநாள் விசேசங்களில் குடித்தவர் இப்போ, அடிக்கடி சாராயம் வாங்கிவந்து குடிக்க ஆரம்பித்தார். போதை மயக்கத்தில் தான் தண்ணிமுறிப்புக் கிராமசபை அங்கத்தவராக வரப்போவதையிட்டுப் பேசி மகிழ்ந்து கொண்டார். அவருடைய மனதை நன்கு புரிந்து கொண்டவராய் மலையருடைய ஆசைகட்குத் தூபமிட்டுத் தானும் இலவசமாய்க் குடித்துக் கொண்டார் காடியர்.

இந்த மாற்றங்கள் எல்லாவற்றையும் பாலியார் கவனித்திருந்தாலும், தனது கருத்தைக் கூறும் தைரியம் அவளுக்கு இயற்கையாகவே இருக்கவில்லை. கதிராமனையும், பதஞ்சலியையும் காணாத கவலை அவளுடைய இதயத்தை மெல்ல மெல்ல அரித்துக் கொண்டிருந்தது. தனது இயல்பான சுறுசுறுப்பையும் இழந்து, இந்தப் பத்து மாதங்களுள் பத்துவயது கூடியவள் போன்று தோற்றமளித்தாள். கதிராமனும், பதஞ்சலியும் எப்படி இருக்கிறார்கள், என்ன செய்கிறார்கள்; என்பனவற்றை, மலையர் வீட்டில் இல்லாத சமயத்தில் அங்கு வருபவர்களைக் கேட்டு அறிந்து கொள்வதிலேயே பாலியாரின் கவனம் சென்றது. அந்தச் செய்திகள் அளித்த தெம்பினாலேயே அவள் உயிர் வாழ்ந்து கொண்டிருந்தாள்.

28

ஒரு பக்கம் அடர்ந்த காட்டையும், மறுபக்கம் செந்நெல் வயல்களையும் கொண்டிருந்த செம்மண் சாலையிலே தண்ணிமுறிப்பை நோக்கிச் சைக்கிளில் சென்று கொண்டிருந்தான் சுந்தரலிங்கம். அவனுடைய நெஞ்சில் உற்சாகமிக்க எண்ணங்கள் நிறைந்திருந்தன.

சுந்தரலிங்கத்துக்கும் கதிராமனுடைய வயதுதான் இருக்கும். சிவந்த நிறமும் மென்மையான உடல்வாகும் கொண்ட அவனுடைய விரல்கள் பெண்களினது போன்று நளினமாக இருந்தன. கருகருவென்று தடித்து வளர்ந்த புருவங்களின் கீழே, அகன்றிருந்த அவனுடைய விழிகளில் பளிச்சிடும் ஒளிவீச்சு!

அவன் தண்ணிமுறிப்பை நெருங்கிய சமயம், பாதையின் வலதுபுறம் சற்று விலகித் தெரிந்த கதிராமனுடைய குடிசை அவனுடைய கண்ணில் பட்டது. கோணாமலையரின் வளவு இதுவாகத்தான் இருக்க வேண்டும் என்று நினைத்துக் கொண்டு, சாலையோரமாகச் சைக்கிளை நிறுத்திவிட்டு, வாய்க்காலில் இறங்கிக் குடிசைக்குச் செல்லும் ஒற்றையடிப் பாதையில் நடந்தான்.

பச்சைப் பசேல் என்றிருந்த தோட்டத்தின் நடுவே அமைந்திருந்த அந்தக் கட்டுக்கோப்பான குடிசையின் எளிமையான அழகு சுந்தரத்தினுடைய மனதை மிகவும் கவர்ந்தது. சுற்றிவரப் போட்டிருந்த வெட்டுவேலியின் முற்புறத்தில் இருந்த ஒரு கவட்டை மரத்தினாலான கடப்பு வழியாக அவன் அந்த வளவுக்குள் பிரவேசித்தான். அங்கு ஆளரவம் எதுவுமில்லை. சுத்தமாகப் பெருக்கப்பட்டு ஓரங்களில் வாடாமல்லிகைச் செடிகள் சூழவிருந்த முற்றத்தில் நின்றுகொண்டு, வீட்டுக்காறர்! என்று ஒரு தடவை சுந்தரலிங்கம் கூப்பிட்டான். அவன் குரல் கேட்டு, வேலியின் ஓரத்தே ஓங்கி வளர்ந்திருந்த வீரை மரத்திலிருந்து தில்லம் புறாக்கள் சடசடவென இறக்கையடித்துக் கொண்டு பறந்தன.

குடிசையின் பின்புறமாக வெங்காயப் பாத்தியில் களை பிடுங்கிக் கொண்டிருந்த பதஞ்சலியின் காதில் அவன் அழைக்கும் குரல் விழவே, ஆரது? என்ற கேட்டவாறே எழுந்து வந்தாள்.

அடர்த்தியாக வளர்ந்திருந்த கருங்குழலை அலட்சியமாக அள்ளிச் சொருகியிருந்த அவளுடைய செம்பொன் முகத்தில் வியர்வை முத்துக்கள் அரும்பியிருந்தன. சட்டை அணியாமல் மார்புக்குக் குறுக்காகக் கட்டியிருந்த பச்சை நிறச்சேலை அவளுடைய மேனிக்கு மிகவும் எடுப்பாக இருந்தது. கல்யாணமாகிக் கன்னிமை கழிந்த திருப்தியான வாழ்வில் கிறங்கிப் போயிருந்த பதஞ்சலியின் தேகம் காலை வெய்யிலில் தங்கச்சிலை போன்று காட்சியளித்தது.

'ஆர் நீங்கள்? ஆரிட்டை வந்தனீங்கள்?' என்று அவள் கேட்டபோது உடனே பதில் எதுவும் சொல்ல முடியாத அளவுக்கு சுந்தரம் அவளுடைய அழகைக் கண்டு அசந்து போயிருந்தான். அவளைப் போன்றதொரு கட்டழகியை அவன் இதுவரை சினிமாக்களிற்கூடப் பார்த்தில்லை. நாவற்பழங்கள் போலக் கறுத்து ஈரப்பசுமையுடன் விளங்கிய அவளது விழிகளில் வெளிப்பட்ட காந்த ஒளி, அவனை எதுவுமே பேசாமற் செய்துவிட்டது.

பிறமனிதன் ஒருவன் தன்னை அப்படி உற்றுப் பார்ப்பது பதஞ்சலிக்கு வேடிக்கையாக இருந்தது. 'என்ன அப்பிடிப் பாக்கிறியள்?' என்று கேட்டுவிட்டுச் சிரித்தாள் பதஞ்சலி. சுந்தரம் மேலும் தடுமாறிப் போய்விட்டான். எங்கே தனது பார்வையை இனம் கண்டுகொண்டாளோ என்ற தவிப்புடன், 'இதுதானே கோணாமலையற்றை வீடு?' எனச் சமாளித்துக் கேட்டான்.

கள்ளம் கபடின்றி நேருக்குநேர் பார்க்கும் பதஞ்சலியின் கண்களைச் சந்திக்க அவனால் முடியவில்லை. வளவின் ஒரு புறத்தில் பூவும் பிஞ்சுமாகக் குலுங்கிய கத்தரிச் செடிகளின்மேல் அவன் தன் பார்வையைப் படரவிட்டான்.

'இல்லை!, இது அவற்றை மோன் வீடு!' என்ற பதஞ்சலி

‘நிண்டு கொள்ளுங்கோ! அவர் வயலுக்கை நிக்கிறார். நான் போய் கூட்டிவாறன்!’ என்று கூறிவிட்டு வயலை நோக்கித் துள்ளிக்கொண்டு ஓடினாள். அவளுடைய பின்னழகு சுந்தரத்தின் நெஞ்சைத் தளம்ப வைத்தது.

சுந்தரலிங்கம் படித்தவன்தான். அதிலும் நிறைய நிறையக் கதைகளும், நாவல்களும் முறையாகப் படித்திருந்தான். அவற்றில் அனேகமானவை காதல் என்ற புனிதமான உறவைப் பற்றியும், அதனால் ஏற்படும் இன்ப துன்பங்களையிட்டும் மிக அழகாகச் சித்தரித்திருந்ததுடன் கற்பு, பண்பு என்பனபற்றியும் உயர்ந்த கருத்துக்களைக் கூறுபவையாக இருந்தன. தானும், தனது படிப்பும் என்றிருந்த அவனுடைய வாலிப நெஞ்சில் இந்தக் கருத்துக்கள் எல்லாம் மிக ஆழமாகப் பதிந்திருந்தன. பெண்ணழகையும், பெண் உறவைப்பற்றியும் கூறும் பல கவிதைகளும், கதைகளும் அவனுடைய வாலிப உணர்ச்சிகளைக் கூர்மைப் படுத்தியிருந்த போதும், ‘நற்பண்புகள்’ எனத் அவன் தன் நெஞ்சில் நிலைநிறுத்திக் கொண்டிருந்த சில கருத்துக்கள் காரணமாக, ‘எனக்கென்று ஒருத்தி இவ்வுலகில் பிறந்திருப்பாள். அவளைக் காணவேண்டும். கவிதைகளிலும், கதைகளிலும் கண்ட இன்பங்களை அவளுடைய துணையுடன்தான் அனுபவிக்க வேண்டும்!’ என்று அவன் தனது வாலிப ஆசைகளுக்கு வரம்பிட்டு வாழ்ந்தவன் அவன்.

எனவே, வேறொருவன் மனைவியாகிய பதஞ்சலியின் கவர்ச்சிமிக்க அழகைக் கண்ட சுந்தரத்தின் உள்ளம் அலைமோதித் தவித்தது. அப்போது பதஞ்சலி கணவனுடன் திரும்பிவரும் காட்சியைக் கண்டான். தான் எங்கேயோ முன்னர் கண்டு ரசித்த ஒரு ஓவியத்தின் ஞாபகம் அவனுக்குச் சட்டென வந்தது.

காட்டுப் புஸ்பங்கள் மலர்ந்து கிடக்கும் ஒரு காட்டாற்றுக் கரை! அங்கே புற்றரையில் வில்லும் கையுமாகச் சாய்ந்திருக்கும் கார்வண்ணம் கொண்ட சிவன்! அருகே அக்கினிக் கொழுந்து போல் கையில் வேலுடன் முழங்கால்களை மடித்து ஒயிலாக அமர்ந்திருக்கும் உமையாள்! யாரோ ஒரு ஓவியன் தன்

கைத்திறமைகளை எல்லாம் கூட்டி, சிவன் பார்வதியை வேடுவக் கோலத்தில் வரைந்திருந்த அந்தச் சித்திரத்தைச் சுந்தரலிங்கம் மிகவும் ரசித்திருந்தான்.

இப்போ கண்ணெதிரே இருண்ட காட்டைப் போன்று கரியநிறமான கதிராமன், வலிமையான உடலில் தசைகள் அசையக் கம்பீரமாக வந்து கொண்டிருந்தான். அவனுடைய முகத்தில வழமையாகக் காணப்படும் இன்முறுவல், இப்போ பதஞ்சலி ஏதோ கூறக்கேட்டு மலர்ந்திருந்தது. கருங்காலி மரத்தைச் சுற்றிப் படரும் அல்லைக் கொடிபோலப் பதஞ்சலி அவனை அணைந்து கொண்டே வந்தாள். தன்னுடைய அங்கங்களின் அழகும், கவர்ச்சியும் வேற்று மனிதனுடைய மனதில் விபரீதமான உணர்ச்சிகளைத் தோற்றுவிக்கக் கூடுமென்று அறியாத காரணத்தினால் அவள் ஓடி ஒளியவுமில்லை. நாணிக் கோணவுமில்லை.

கதிராமன் சுந்தரத்துடன் பேசிக் கொண்டிருக்கையில் பதஞ்சலி குடிசையை ஒட்டியிருந்த குசினிக்குள் நுழைந்து தேனீர் தயாரித்தாள். சுந்தரம் தண்ணிமுறிப்புக்கு வந்த நோக்கத்தை அறிந்த கதிராமன், தன்னுடைய தகப்பனுடைய வளவுக்குச் செல்லும் வழியைக் கூறி, தேவையான உதவிகளைத் தானும் செய்து தருவதாகப் பதிலளித்தான். கதிராமனுடைய அமைதியான பண்பும், கம்பீரமும் சுந்தரத்தின் மனதை மிகவும் கவர்ந்திருந்தன. 'இந்தாருங்கோ!' என்று பதஞ்சலி தேனீர் குவளையை நீட்டியபோது, அவளுடைய விரல்களின் அழகை மிகவும் அண்மையில் சுந்தரம் பார்த்தான். பவளம் போன்ற நகங்களுடன் நீண்டு வளர்ந்திருந்த அந்த விரல்களின் அழகு அவன் மனதைக் கொள்ளை கொண்டது.

கதிராமனிடமும், பதஞ்சலியிடமும் விடைபெற்றுக் கொண்டு கோணாமலையர் வீட்டை நோக்கிப் புறப்பட்ட சுந்தரத்தின் நெஞ்சிலிருந்து, மலையேறி இறங்கியவன் போலப் பெருமூச்சு வெளிப்பட்டது.

29

தண்ணீரூற்றைச் சேர்ந்த ஒரு விவசாயக் குடும்பத்தில் பிறந்த சுந்தரலிங்கம், முள்ளியவளை வித்தியானந்தா கல்லூரியில் படித்து எஸ். எஸ். சி தேறியிருந்தான். படிப்பில் கெட்டிக்காரனாக இருந்தபோதிலும், அவனை யாழ்ப்பாணத்திற்கு அனுப்பி மேற்கொண்டு படிக்க வைக்கும் அளவுக்கு அவனுடைய தகப்பனுடைய பொருளாதார நிலை இடங் கொடுக்கவில்லை. அவன் வேலைக்கு விண்ணப்பித்துக் கொண்டிருந்த போதுதான் அந்தப் பகுதிப் பாராளுமன்றப் பிரதிநிதி, தண்ணிமுறிப்பில் ஒரு பாடசாலையை ஆரம்பிக்கும் படியாகவும், கூடிய கெதியில் அப் பாடசாலையை அரசாங்கம் பொறுப்பேற்கும்படி செய்து, அவனையும் ஒரு ஆசிரியனாக்கி வைப்பதாகவும் உறுதியளித்திருந்தார். இதன் காரணமாக சுந்தரலிங்கம், கோணாமலையரைச் சந்தித்து, அவருடைய உதவியுடன் ஒரு பாடசாலையை அமைக்கும் நோக்கத்துடனே தண்ணிமுறிப்புக்கு வந்திருந்தான்.

கோணாமலையரின் வீட்டையடைந்த சுந்தரலிங்கம், அவரிடம் தனது விருப்பத்தைக் கூறியதும், மலையருக்கு உச்சி குளிர்ந்துவிட்டது. காடியர் அடிக்கடி கூறுவது போன்று தண்ணிமுறிப்பும் இப்போ ஒரு பெரிய இடமாக மாறும் கட்டத்துக்கு வந்துவிட்டது. அத்துடன் தானே அந்த இடத்திற்குப் பெரியவன் என்பதை அங்கீகரிப்பதைப் போன்று எம்.பீயும், சுந்தரலிங்கத்தைத் தன்னிடம் அனுப்பியிருந்தது மலையருக்கு மகிழ்ச்சியைக் கொடுத்தது. பாடசாலை அமைக்கப்பட்டு விட்டால், தனது கடைசி மகனான ராசுவுக்கும் கல்வி கற்பதற்கு வாய்ப்பு ஏற்படுமென எண்ணினார். ஆதலால் வேண்டிய உதவிகளைத் தான் செய்து தருவதாக அவர் வாக்களித்தார்.

சுந்தரலிங்கம் மறுநாள் கூலியாட்களுடன் வந்து பள்ளிக்கூடம் அமைக்கும் முயற்சியில் ஈடுபட்டான்.

கோணாமலையர் வீட்டுக்கும், கதிராமனுடைய குடிசையிருந்த இடத்துக்கும் நடுவே சாலையோரமாக ஒரு கொட்டகை போடப்பட்டது. ஒரு கிழமைக்குள்ளாகவே கூரையும் கிடுகுகளினால் வேயப்பட்டு, கொட்டகையின் ஒருபக்கம் சிறியதொரு அறையாகவும் வகுக்கப்பட்டது. கிராமத்தவர்களும் தங்களால் இயன்ற உதவிகளைச் செய்து கொடுத்தனர். கதிராமன் பாடசாலைக்கு அரைச்சுவர் வைக்கும் வேலையில் அதிக பங்கெடுத்து உதவினான். மலையர் அந்தப் பக்கம் அதிகமாக வரவேயில்லை. ஊருக்குப் பெரிய மனுசனான பின்னர் கண்டபடி இவ்வாறான வேலைகளில் பங்கெடுப்பது தன்னுடைய அந்தஸ்துக்குக் குறைவு என்று அவர் எண்ணினார்.

தை மாதத்தில் ஒரு நல்ல நாளில் தண்ணிமுறிப்பிலே வாழும் எட்டுப் பத்துக் குடும்பங்களைச் சேர்ந்த ஏழெட்டு பிள்ளைகளை வைத்துக் கொண்டு சுந்தரலிங்கம் பாடசாலையைத் தொடங்கினான். கோணாமலையர் காடியர் சகிதம் ராசுவைக் கூட்டிவந்து பாடசாலையில் சேர்த்துவிட்டுச் சென்றார். சுந்தரம் தன்னுடைய செலவிலேயே பிள்ளைகளுக்குப் புத்தகம், சிலேற்று முதலியவற்றை வாங்கிக் கொடுத்துத் தன் உத்தியோகத்தை நிரந்தரமாக்கிக் கொள்ளும் துடிப்பில் உற்சாகமாக வேலை செய்தான்.

30

அறுவடைக் காலம்போல், கமக்காரனுக்கு மகிழ்ச்சி தரும் நாட்கள் வேறில்லை. சிந்திய வியர்வையெல்லாம் நெல்மணிகளாக இறைந்து கிடக்கையில், அவர்களுடைய உள்ளங்கள் களிப்பால் நிறைந்திருக்கும்.

அதிகாலையிலேயே அரிவாள் சகிதம் வயலில் இறங்கிவிட்டால் கதிராமனும், பதஞ்சலியும் போட்டி போட்டுக் கொண்டு கதிர்களை அறுத்துக் குவிப்பர். வேகமாக அருவி வெட்டும்போது, பதஞ்சலி எதையோ கூறிவிட்டுக் கலகலவென்று சிரிப்பாள். கதிராமன் அவளையும், அவளுடைய குறும்புகளையும் வெகுவாக ரசித்தவனாக அருவி வெட்டிக் கொண்டிருப்பான். தங்கு தடையற்ற ஒழுங்கான வேகத்தில் அவனுடைய கரங்கள் இயங்கிக் கொண்டிருக்கும்.

நண்பகலில் பாடசாலை முடிந்ததும் சுந்தரத்துக்குப் பொழுது போவதே பெரிய பாடாகவிருந்தது. புத்தகங்களைக் கொண்டு வந்து வைத்துக் கொண்டு வாசித்தாலும், அவனுடைய மனதில் அடிக்கடி பதஞ்சலியின் அழகிய முகம் தலைகாட்டிக் கொண்டிருக்கும். அவன் எவ்வளவோ தீவிரமாக, அலையும் தனது மனதுக்குக் கட்டுப்பாடுகளை விதித்துக் கொண்டாலும், விசமம் செய்யும் சிறுவனைப் போன்று அவனுடைய மனம் அடங்கிப்போக மறுத்தது. மனம் முரண்டு பிடிக்கும் நேரங்களில் சுந்தரலிங்கம் தன்னுடைய சைக்கிளை எடுத்துக்கொண்டு கலிங்குவரை செல்வான் அங்கு குளக்கட்டின்மேல் அமர்ந்துகொண்டு, எதிரே தேங்கிக் கிடக்கும் நீரையும், மரங்களிலிருந்து கீதம் இசைக்கும் பறவைகளையும் பார்த்து ரசிப்பான். குளக்கட்டின் கீழே, பல சமயங்களில் மான்கள், மரைகள், மயில் கூட்டங்களையும் காண்பான்.

அழகான குழந்தைகள், மலர்கள், விலங்குகள், பறவைகள் என்பன யாருக்குத்தான் சொந்தமாக இருந்தாலும் நாம் பார்த்து ரசிக்கத்தானே செய்கின்றாம்? பதஞ்சலி இன்னொருவன்

மனைவியாக இருந்தாற்கூட அவளுடைய அழகை, தான் கண் நிறையப் பார்த்து ரசிப்பதில் என்ன தவறு என்று தன்னையே கேட்டுக் கொள்வான். ஆனால் அவன் இதுவரை மனதில் வளர்த்த சில கொள்கைகள், அவ்வாறு செய்வது தவறு என்று அறிவுரை கூறும்.

இவ்வாறு போராட்டங்களை நடத்திய அவனுடைய மனது ஆசை வயப்பட்டுப் போனது உண்மைதான். நான் என்ன பதஞ்சலியையா பார்க்கப் போகின்றேன்? இந்தக் காட்டுக்குள் என்னுடன் பழகுவதற்கு வேறு யார் இருக்கிறார்கள்? கதிராமனைச் சந்தித்தாலாவது பொழுது போகும் என்று நினைத்து, அதன்படி அவனைச் சந்திக்கச் சென்றான்.

31

சுந்தரலிங்கம் இரண்டாவது தடவையாக கதிராமனுடைய வளவுக்குச் சென்றபோது அறுவடை முடிந்திருந்தது. சாயங்கால நேரம், நெற்கதிர்களைச் சூடு வைப்பதற்கான ஆயத்தங்கள் நடந்து கொண்டிருந்தன.

சுந்தரம் அங்கு போய், அவர்களுடைய வேலைகளில் பங்குகொள்ள முயன்றபோது, 'என்ன வாத்தியார்! நீங்கள் இந்த வேலையெல்லாம் செய்யுறதே? பேசாமல் நிழலுக்கை நில்லுங்கோ! நாங்கள் செய்வம்!' என்று கதிராமன் அவனைத் தடுத்தான். சுந்தரத்துக்கு வயல் வேலைகள் செய்து பழக்கமில்லை. அவன் ஒரு விவசாயக் குடும்பத்தில் பிறந்திருந்தாலும், அவனுடைய படிப்புக் கெட்டுவிடுமென்று அவனுடைய தகப்பனார் அவனை எந்த வேலைக்கும் அழைப்பதில்லை. இருப்பினும் சுந்தரம், கதிராமனும், பதஞ்சலியும் சேர்ந்து செய்த அந்த வேலைகளில் பங்கெடுத்துக் கொண்டபோது மிகவும் மகிழ்ச்சியடைந்தான்.

வெட்டிய கதிர்களை ஒன்றாகச் சேர்த்துக் கயிற்றினால் கட்டி அதைப் பதஞ்சலியின் தலையில் ஏற்றிவிடுவான் சுந்தரம். அவள் தன் கைகளை உயர்த்தித் தலையிலிருக்கும் கதிர்க்கட்டைப் பிடித்தவாறே சூட்டுக் களத்தை நோக்கி நடக்கையில், செப்புச் சிலையொன்று உயிர்பெற்று நடப்பதைப் போன்றிருக்கும். மாவக்கைகளை ஒன்றுசேர்த்து வைக்கும்போதும், கதிர்கட்டைத் தலைக்குத் தூக்கி விடும்போதும் இடையிடையே பதஞ்சலியின் விரல்களின் ஸ்பரிசம் அவனுக்குக் கிட்டியது. அவளுடைய களங்கமற்ற முகத்தில் ததும்பிய அழகும், ஆரோக்கியமும் சுந்தரத்தினுடைய வாலிப உணர்வுகளையெல்லாம் மீட்டி நாதம் இசைக்கச் செய்து கொண்டிருந்தன. பொழுது சாய்ந்து விட்டபோது, சூடுவைக்கும் வேலை முடிந்த திருப்தி நிறைந்த உள்ளங்களுடன் அவர்கள் குடிசைக்குச் சென்றார்கள். கதிராமனும், சுந்தரமும் வாய்க்காலில் இறங்கிக் குளித்துவிட்டு வருவதற்கிடையில்,

பதஞ்சலி கிணற்றில் குளித்துவிட்டு, சுடச்சுட தேனீர் வைத்துக் கொண்டு காத்திருந்தாள். அவளுடைய உடல் மினுக்கிவிட்ட குத்துவிளக்குப் போன்று பளிச்சென்றிருந்தது. பகல் முழுவதும் வயலில் கடுமையாக உழைத்திருந்தாலும், பதஞ்சலியின் உடலில் சோர்வென்பதே இல்லை. குசினிக்கு முன்னால் ஒரு சாக்கை விரித்து உட்டகார்ந்து கொண்டு இரவுச் சமையலுக்கான ஏற்பாடுகளை மளமளவென்று செய்த பதஞ்சலி, முற்றத்தில் அமர்ந்திருந்த கதிராமன், சுந்தரம் ஆகியோரின் சம்பாசணையில் உற்சாகமாகக் கலந்து கொண்டாள்.

காட்டோரங்களில் படர்ந்து காய்க்கும் குருவித்தலை பாகற்காயோடு, மரைக்கருவாடு, கொச்சிக்காய் சேர்த்துப் பதஞ்சலி ஆக்கியிருந்த கறியும், பச்சையரிசிச் சோறும், வேலை செய்து களைத்துப் போயிருந்த சுந்தரத்துக்கு மிகவும் உருசித்தது. தண்ணிமுறிப்புக்கு வந்தநாள் தொட்டு அவன் தானேதான் சமைத்துச் சாப்பிட்டுக் கொண்டிருந்தான். சமையற்பாகம் கைவராததால் அரைகுறை வேக்காட்டில் இறக்கிய சோற்றையும், உப்பு புளி சரிவரப் போடாத கறிகளையும் சாப்பிட்டு அவஸ்தைப்பட்டுக் கொண்டிருந்தவனுக்கு, பதஞ்சலியின் பாகற்காய் கறி தேவாமிர்தமாகச் சுவைத்தது. அதை அவள் எப்படிச் சமைத்தாள் என்பதை அறிந்து கொள்ளும் ஆவலில், 'இந்தப் பாவக்காய் கறி சோக்காய் இருக்குது! இதை என்னண்டு சமைக்கிறது?' என்று சுந்தரம் கேட்டதும், பதஞ்சலியை முந்திக்கொண்ட கதிராமன், 'வாத்தியார்! உந்தச் சமையல் வேலையெல்லாம் இனி விட்டுப்போட்டு இஞ்சை எங்களோடை சாப்பிடுங்கோ! இனிச் சூடும் அடிச்சுப்போட்டால் நெல்லு தாராளமாய் இருக்கும்!' என்று சொன்னதும், 'அதுதான் சரி! நான் கேக்கோணும் எண்டு நினைச்சனான்! இஞ்சை நான் ஒருத்தி சமைக்க நீங்கள் ஒரு தனியாள் ஏன் கஸ்டப்படோணும்?' என்று கதிராமன் கருத்தை ஆமோதித்தாள் பதஞ்சலி. இதைக் கேட்ட சுந்தரத்தின் இதயம் இறக்கை கட்டிப் பறந்தது. ஒருபுறம் வேளைக்கு வேளை சுவையான வீட்டுச் சாப்பாடு மறுபுறம் பதஞ்சலியை அடிக்கடி காணும் வாய்ப்பு என்றெண்ணி அவனுடைய மனம் குதூகலித்தது.

அதன்பிறகு சுந்தரலிங்கம் ஒவ்வொரு நாளும் சாப்பாட்டுக்குக் கதிராமன் வீட்டுக்கு வந்துபோகத் தொடங்கினான். அவன் இயற்கையாகவே கவர்ச்சியாகவும், வேடிக்கையாகவும் பேசக்கூடியவன். ஆண்மயில் பேடுகளைக் கண்டதும் தன் வண்ணத் தோகையை விரித்துத் தன் அழகையெல்லாம் காட்டுவதுபோன்று, சுந்தரமும் பதஞ்சலியின் அருகில் இருக்கையில் புதியதொரு மனிதனாகவே மாறிவிடுவான். சுந்தரத்தின் அந்தஸ்தும், நேர்த்தியான உடைகளும், சுவையான பேச்சும், கதிராமன் பதஞ்சலி இருவரின் மனங்களிலுமே அவனைப்பற்றி உயர்வான அபிப்பிராயத்தை ஏற்படுத்தியிருந்தது. காட்டின் மத்தியில் தனிமையில் வாழ்ந்த அவர்களுக்கு, சுந்தரத்தைப்பற்றி வேறு எந்த வகையிலும் எண்ணத் தோன்றவில்லை. எனவே சுந்தரம், தங்களுடைய குடிசைக்கு வரும் சமயங்களிலெல்லாம் பதஞ்சலி விழுந்து விழுந்து உபசரித்தாள். விளாம்பழங்களை உடைத்துத் தேன்விட்டுக் குழைத்துக் கொடுப்பாள். அதை ருசித்தவாறே, அவன் பல்வேறு நாடுகளைப் பற்றியும், அங்கு வாழும் மக்களைப் பற்றியும் ருசிகரமாகக் கூறுவான். அவன் கூறுவதைக் கதிராமன் மிக அமைதியாக ஒரு மாணவனைப் போலிருந்து அக்கறையோடு கேட்பான். பதஞ்சலியோ கதைகளின் தன்மைக்கேற்ப வியப்பைக் காட்டுவதும், கலகலவெனச் சிரிப்பதும், மறுகணம் இரங்குவதுமாக இருப்பாள்.

மலையர் வளவில் நிலைமை வேறுவிதமாக இருந்தது. மெசின் பழுது பார்ப்பதற்கும், சாராயத்துக்குமெனப் பணம் செலவழிந்துகொண்டே இருந்தது. மணியன் உழவு இயந்திரத்தை இயக்கப் பழகிக்கொண்டதன் பின் அவனுடைய குரு சச்சிதானந்தம் தன்னுடைய ஊருக்குப் போய்விட்டான். ஆனால் மணியனோ தனது குருவை மிஞ்சும் அளவுக்கு இப்போ பல விசயங்களிலும் முன்னேறி இருந்தான். இதன் காரணமாவும், ஆங்காங்கு சில்லறையாகப் பெற்ற கடன்களை மலையர் தனது நெல் முழுவதையும் விற்றுக் கொடுத்தும் அவை தீரவில்லை. விரைவில் தான் கிராமசபை அங்கத்தவராகி இதுவரை பெற்ற கடன்களையெல்லாம் ஒரு கொந்துறாத்து வேலையிலேயே சம்பாதித்துத் தீர்த்துவிடலாமென மலையர் தீவிரமாக நம்பினார்.

32

சுந்தரலிங்கம் சாப்பாட்டுக்கான பணத்தைக் கதிராமனிடம் கொடுக்க முயன்றபோது, கதிராமன் அதை வாங்கிக்கொள்ள அடியோடு மறுத்துவிட்டதால், சுந்தரலிங்கம் ஒவ்வொரு வார இறுதியிலும், தன்னுடைய வீட்டுக்குச் சென்று திரும்புகையில் சீனி, கோப்பிக்கொட்டை போன்ற பொருட்களைக் கொண்டுவந்து கொடுப்பான்.

அன்றும் அவன் தன் கிராமத்துக்குச் சென்று திரும்பி வந்தபோது ஒரு பலாப்பழத்தையும் சைக்கிளில் கட்டிக் கொண்டு வந்திருந்தான். தண்ணீரூற்றுக் கிராமத்துப் பலாப்பழங்கள் சுவைக்குப் பெயர்பெற்றவை. பலாப்பழத்தைக் கண்ட பதஞ்சலி, குதூகலத்துடன் ஓடோடி வந்து அதைப் பெற்றுக் கொண்டதுடன், உடனடியாக அதைப் பிளந்து கீலங்களாக வெட்டவும் ஆரம்பித்தாள்.

குடிசையின் பக்கத்தே இருந்த மாலுக்குள் உட்கார்ந்து, கதிராமனுக்கென வாங்கிவந்த பீடிக்கட்டு இரண்டையும் அவனிடம் கொடுக்கையில், பதஞ்சலி பலாப்பழக் கீலங்களுடனும், தேங்காய் எண்ணெய் போத்தலுடனும் உள்ளே வந்தாள். பலாப்பழக் கட்டிகளை அவர்கள் முன்பாக வைத்துவிட்டுத் தனது கையில் தேங்காய் எண்ணையை விட்டுக்கொண்டு, அதைக் கதிராமனுடைய உள்ளங்கைகளிலும், விரல்களிலும் பதஞ்சலி பூசினாள். அவள் தன் கணவனுக்குச் செய்யும் பணியின் அழகைப் பார்த்துக் கொண்டிருந்தான் சுந்தரலிங்கம். கதிராமனுக்கு எண்ணை பூசி முடித்ததும், சுந்தரத்துக்குப் பக்கத்தில் வந்து அமர்ந்து கொண்ட பதஞ்சலி, அவனுடைய கைகளைப் பிடித்து எண்ணெய் பூச ஆரம்பித்தாள். அவள் இவ்வாறு செய்வாளெனச் சுந்தரலிங்கம் சிறிதும் எதிர்பார்க்கவில்லை. செம்பஞ்சு போன்ற அவளுடைய சிவந்த குளிர்மையான விரல்கள் தன்னுடைய உள்ளங்கைகளைத் தொட்டுத் தடவியபோது, அவனுக்கு என்னவோ போலிருந்தது.

அவனுடைய இதயம் வேகமாக அடித்துக் கொண்டது. முகம் குப்பென்று ஓடி வியர்த்தது. ஆனால், பதஞ்சலியின் உடலிலோ, உள்ளத்திலோ ஏதொரு பதட்டமும் இல்லை. ஒரு குழந்தையின் கள்ளங் கபடமற்ற வெள்ளை மனதோடு, தன் சகோதரனுடைய கைகளில் சாதாரணமாகப் பூசிவிடுவதுபோல, அவள் ஆறுதலாக எண்ணெயைப் பூசிக்கொண்டே, 'நல்லாய் எண்ணை பூசோணும்! இல்லாட்டி பிலாப்பால் ஒட்டிப் புடிச்சுக் கொள்ளும்!' எனக் கூறிச் சிரித்துவிட்டுத் தன்னுடைய பங்கை எடுத்துச் சாப்பிடத் தொடங்கினாள்.

இந்த நிழ்ச்சியினால் வெகுவாகப் பரபரப்படைந்திருந்த சுந்தரம், உள்ளத் தவிப்புடன் கதிராமனைக் கூர்ந்து கவனித்தான். அவனும் அவளுடைய செய்கையை மிகவும் இயல்பான ஒன்றாகக் கருதியவன்போல், பலாப்பழச் சுளைகளைப் பிடுங்கிச் சுவைத்துக் கொண்டிருந்தான். பல நூல்களைப் படித்து, பண்பாடு, நாகரிகம் முதலியவற்றைத் தெரிந்துகொண்ட சுந்தரத்தின் படபடப்பு அடங்க வெகுநேரமாயிற்று.

அன்றிரவு கதிராமனுடைய வீட்டில் உணவருந்திவிட்டுச் சென்ற சுந்தரத்துக்கு உறக்கம் வரவில்லை. வெளியே சென்று உலவினால் நல்லதுபோல் தோன்றியது. பாடசாலை அறையைவிட்டு வெளியே வந்து வாய்க்காலோரத்தில் விழுந்து கிடந்த ஒரு பட்ட மரத்தில் அமர்ந்து கொண்டான். வானவெளியெங்கும் ஒரே நட்சத்திரக் கூட்டமாக இருந்தது. அந்த விண்மீன்களில் பல மெல்லப் பறந்து வந்து அந்தக் காட்டுக் கிராமத்தின் மேல் இறங்கியதைப் போன்று, ஆயிரக் கணக்கான மின்மினிப் பூச்சிகள் ஆங்காங்கு ஒளி உமிழ்ந்து கொண்டிருந்தன.

சுந்தரம் தனது உள்ளங் கைகளை ஒரு தடவை பார்த்துக் கொண்டான். உள்ளத்தைக் கிளறச் செய்யும், அந்த மென்மையும் கதகதப்பும் நிறைந்த ஸ்பரிசம் தன்மேல் படர்வது போன்றதொரு உணர்வு! அந்த உணர்வு அவனுடைய உணர்ச்சிகளையெல்லாம் அலைக்கழித்தது. மேலே சட்டை அணியாமல், பூரித்திருக்கும் இளமார்புக்கு மேல் குறுக்குக் கட்டாகச் சேலையை

உடுத்திக்கொண்டு, பதஞ்சலி தன் கைகளைப் பிடித்து எண்ணெய் பூசிய அனுபவம் அவனுடைய நெஞ்சில் ஒரு நிகழ்ச்சியாகத் தெரிந்தது. பலாப்பழப்பழத்தின் இனிமை கலந்த நறுமணம் காற்றில் வந்து பரவுவது போன்றதொரு பிரமை! இனிமேல் ஆயுட்காலம் முழுவதுமே எப்போதாவது பலாப்பழத்தை நுகர நேர்ந்தால் அப்போதெல்லாம் இந்த நிகழ்ச்சியின் ஞாபகமும் தனது நெஞ்சில் இனிக்கும் என்று அவன் எண்ணிக் கொண்டான்.

தூரத்தே இராக் குருவியின் குரலொன்று ஒலிக்கத் தொடங்கியது. விட்டு விட்டு இசைக்கும் அந்த ஓசை ஏறத்தாழக் குயிலினது குரல்போலவே இருந்தாலும், அந்தத் தனிமை நிறைந்த இரவிலே அந்த ஒற்றைக் குரல் எல்லையற்றதொரு சோகத்தைச் சுமந்துகொண்டு மின்மினிகள் ஒளிசிந்தும் இரவிலே அலைகளாகப் பரவுவது போன்றிருந்தது. இந்த இராக்குருவியின் கீதம் ஏன் இவ்வளவு சோகம் ததும்புவதாய் இருக்கின்றது? அதன் துணைதான் எங்கே?

எனக்கென்று ஒருத்தி இந்த உலகில் எங்கோ பிறந்திருப்பாள். அவளை ஒருநாள் நான் நிச்சயம் கண்டுகொள்வேன். கவிதைகளிலும் கதைகளிலும் சுவைத்த இன்பப் பொருளை, அவை எழுப்பிய நளினமான கனவுகளை அவள் துணையுடன் நனவாக்கிச் சுவைக்கவேண்டும். அந்த வேளை எப்போது வரும் என ஏங்கியிருந்த சுந்தரம், இன்று பதஞ்சலியைக் கண்டபின் தனக்கென்றே பிறந்தவள், பிறனொருவனுடைய மனைவியாய் இருக்கும் நிலையிலா தனது வாழ்வில் வந்து குறுக்கிடவேண்டும்? என்று வெகுவாக வேதனைப்பட்டுக் கொண்டான். இராக்குருவியின் சோககீதம் கேட்கும் அந்தத் தனிமை நிறைந்த இரவிலே அவனுடைய கண்கள் கலங்கிக் கொண்டன.

என்னுடைய விதி! என்று தன்னையே நொந்துகொண்ட சுந்தரத்துக்குத் தான் படித்த கதைகளிலும், பார்த்த சினிமாப் படங்களிலும், காதல் கைகூடாத காதலனோ, காதலியோ தாம் காதலித்தவர் வேறு ஒருவரை மணமுடிக்கும் சந்தர்ப்பத்தில், இனி அவள் என் தங்கை என்றோ, அல்லது இனி அவர்

என் அண்ணன் என்றோ காதலைச் சகோதர பாசமாக்கிக் கொள்ளும் கட்டங்கள் நினைவுக்கு வந்தன. ஆம்! ஏன் அவ்வாறே நானும் அவளை என் தங்கையாக்கி எனது மனதைக் கட்டுப்படுத்திப் பழகக்கூடாது? எனக்குச் சகோதரிகள் எவரும் இல்லைத்தானே! பதஞ்சலியை எனது சொந்தத் தங்கையாகவே நான் எண்ணவேண்டும்! அவள் தனது அண்ணனுக்குப் பணிவிடை செய்வதுபோல் எனக்குச் செய்வதில்லையா? அவளால் அது முடியுமானால், கதிராமனால் அவள் அப்படிப் பழகுவதை இயல்பாக ஏற்க முடிந்தபோது, என்னாலும் அது நிச்சயமாக முடியும்! ஆம்! பதஞ்சலி என் தங்கை! மீண்டும் அந்தச் சொற்றொடரை வாய்விட்டுக் கூறிக்கொண்டு எழுந்த சுந்தரம், பாடசாலை அறைக்குள் கிடந்த தனது படுக்கையை நோக்கிச் சென்றான்.

விளக்கை அணைத்துவிட்டுப் படுத்த அவனுக்கு உறக்கம் வரவேயில்லை. இருளில் விழிகளைத் திறந்து கொண்டிருந்தவனுக்கு, மீண்டும் பலாப்பழத்தின் இனிய மணம் வீசுவது போன்ற உணர்வு ஏற்பட்டது. பெண்மையின் மென்மையும் கதகதப்பும் நிறைந்த பதஞ்சலியின் விரல்களின் ஸ்பரிசம் அவனுடைய கைகளுக்குள் குறுகுறுப்பதைப் போன்றதொரு பிரமை! விருட்டென்று எழுந்து பாயில் உட்கார்ந்து கொண்டு, தனது கைகளை ஓங்கி மீண்டும் மீண்டும் ஆவேசமாக நிலத்தில் அறைந்து கொண்டான். பதஞ்சலி என் தங்கை! பதஞ்சலி என் தங்கை! என்று உரத்துக் கூறியும் அந்தச் சொற்றொடர் அவனுடைய உள்ளத்துக்குள் புகுந்தகொள்ளப் பிடிவாதமாக மறுத்தது.

33

இந்தச் சம்பவத்துக்குப் பின் சுந்தரலிங்கம், பதஞ்சலியின் வீட்டுக்குச் சாப்பிடச் சென்றாலும், முன்போல் அங்கு அதிகம் தங்குவதில்லை. சில வேளைகளில் அந்தச் சமயங்களில் கதிராமன் அங்கு இருக்கமாட்டான். பதஞ்சலி வழமை போலவே அந்த நேரங்களிலும் சுந்தரத்தை அன்புடன் வரவேற்று உணவைப் பரிமாறுவாள். அவன் சாப்பிட்ட தட்டைத் தானே கழுவ வேண்டுமென்று பறிப்பாள். காட்டின் அமைதியான சூழலில் அந்தச் சின்னக் குசினுக்குள் அவனுக்கு மிக அண்மையிலிருந்து பதஞ்சலி உணவளிக்கையில் அவனுடைய மனம் அலைபாய ஆரம்பித்துவிடும். அவளை நிமிர்ந்து பார்க்காமல், அவசரமாக அள்ளிப் போட்டுக் கொண்டு பாடசாலைக்கு வந்துவிடுவான். படித்து நாலுபேருடன் பழகி நாகரிகம் அடைந்திருந்த சுந்தரத்துக்குத் தன் மீதே நம்பிக்கை இருக்கவில்லை. ஏன் வாத்தியார், சாப்பிட்ட உடனை ஓடுறியள்? என்று அவள் தடுத்தாலும் நிற்காமல் வந்துவிடுவான். வாத்தியார் கனக்கப் படிச்சவர். படிச்ச ஆக்கள் இப்பிடித்தானாக்கும் நெடுக யோசிச்சுக் கொண்டு திரிவினம்! என்று பதஞ்சலி தனக்குள் நினைத்துக் கொள்வாள். தண்ணீரூற்றில் அவள் படித்த சைவப்படசாலையின் பெரிய வாத்தியார் அப்படித்தான் எந்நேரமும் சிந்தனை வயப்பட்டிருப்பார்.

பொழுதும் போகாமல் புத்தகங்களிலும் சிரத்தை செல்லாமல் மனப் போராட்டங்களில் சதா உழன்று கொண்டிருந்த சுந்தரம், இப்படியான சமயங்களில் கோணாமலையர் வீட்டுக்குச் செல்வான். பாலியார், சுந்தரத்தை தனது மகனாகவே எண்ணிப் பாசம் காட்டினாள். தினமும் கதிராமன் வீட்டிற்குச் சாப்பிடச் சென்றுவரும் சுந்தரத்தைப் பார்ப்பதே கதிராமனையும், பதஞ்சலியையும் காண்பது போலிருந்தது பாலியாருக்கு. மலையர் வீட்டில் இல்லாத சமயங்களில் சுந்தரம் அங்கு வந்தால், இன்றைக்கு என்ன கறி,

என்பது தொட்டுப் பதஞ்சலி முழுகாமல் இருக்கிறாளா என்பது வரையில் துருவித் துருவி அறிந்து கொள்வாள். எல்லையற்ற பிரிவுத் துயரில் ஆழ்ந்திருந்த அவளுக்குச் சுந்தரத்தின் வருகை மிகவும் ஆறுதலை அளித்தது.

34

நாட்கள் கழிந்தன. வயலிலே வேலைகள் இல்லை. கதிராமன் அடிக்கடி நாய்களையும் கூட்டிச் சென்று உடும்பு, தேன் முதலியவற்றை வேட்டையாடி வருவான். இன்றும் அவன் மத்தியானம் சாப்பிட்டுவிட்டுக் காட்டுக்குப் புறப்படும் சமயம் சுந்தரமும் பாடசாலைவிட்டு சாப்பாட்டுக்காக வந்திருந்தான். சுந்தரத்தின் கையில் மாத சஞ்சிகை ஒன்று காணப்பட்டது. அதைக் கண்ட பதஞ்சலி, அதை ஆவலுடன் வாங்கிப் பார்த்தாள். வழவழப்பான அதன் அட்டைப் படத்தைப் பார்த்தவள், வாய்க்குள் எழுத்துக்கூட்டி அந்தச் சஞ்சிகையின் பெயரை வாசித்தாள். அதைக் கண்ட சுந்தரம், 'பதஞ்சலிக்கு புத்தகம் வாசிக்கத் தெரியுமோ?' என்று ஆச்சரியத்துடன் கேட்டபோது, 'ஓ! அவள் நாலாம் வகுப்புப் படிச்சவள்!' என்று கதிராமன் பெருமையுடன் பதில் கூறினான்.

கதிராமனுடைய பதிலைக் கேட்டுச் சிரித்துக் கொண்டே, 'நீ படிக்கேல்லையோ கதிராமு?' என்று சுந்தரம் கேட்டான். 'நான் கைக்குழந்தையாய் இருக்கேக்கை அப்பு, அம்மா இஞ்சை வந்திட்டினம். 'இஞ்சை எங்காலை பள்ளிக்குடம்? இந்தத் தண்ணிமுறிப்புக் காடுதான் என்ரை பள்ளிக்குடம்!' என்று சொன்ன கதிராமனை ஏறிட்டுப் பார்த்தான் சுந்தரம். கள்ளமில்லாத உள்ளம், அமைதியான குணம், ஆரோக்கியம் ததும்பும் தேகம், தன்னம்பிக்கையுடன் ஒளிவீசும் விழிகள். எந்தப் பல்கலைக்கழகமுமே இவற்றையெல்லாம் ஒருவனுக்குக் கற்றுத்தர முடியாது. இந்த இருண்ட காடுகள்தானா இவனுக்கு இத்தனை சிறப்புக்களையும் வழங்கியிருக்கின்றன என்று வியந்து போனான் சுந்தரம்.

'வாத்தியார்! சாப்பிட்டிட்டு பதஞ்சலிக்கு உந்தப் புத்தகத்தை வாசிக்கக் காட்டிக் குடுங்கோ! அவளெண்டாலும் வடிவாய் எழுத வாசிக்கத் தெரிஞ்சிருக்கிறது நல்லதுதானே!' என்ற கதிராமன், 'சரி! எனக்கு நேரமாகுது!' என்று விடைபெற்றுக் கொண்டான்.

சுந்தரத்துக்குச் சோறு பரிமாறும் வேளையிற்கூடப் பதஞ்சலி அந்தச் சஞ்சிகையை வைத்துக் கொண்டு, படங்களைப் பார்ப்பதும், எழுத்துக்கூட்டிப் படிப்பதுமாக இருந்தாள். புதியதொரு விளையாட்டுப் பொம்மையைக் கண்டதொரு குழந்தையின் குதூகலம் அவளுடைய முகத்தில் தெரிந்தது. சாப்பிட்டானதும் மால் திண்ணையில் வந்து அமர்ந்து கொண்டான் சுந்தரம். மண்போட்டு உயர்த்தி, பசுஞ்சாணமும் முருக்கமிலைச் சாறும் கலந்து மெழுகப் பெற்றிருந்த அந்தத் திண்ணை தண்ணென்றிருந்தது.

சட்டி பானையை மூடிக் குசினியைச் சுத்தப்படுத்திக் கைகளை அலம்பிக்கொண்டு, மாலுக்கு வந்த பதஞ்சலி, சுந்தரத்துக்குப் பக்கத்தில் திண்ணையின் கீழே அமர்ந்து கொண்டாள். மிகவும் ஆர்வத்துடனும் பயபக்தியுடனும் சஞ்சிகையைத் திண்ணையின் மேல் வைத்து விரித்த அவளைக் கூர்ந்து கவனித்தான் சுந்தரம். தற்போதுதான் கழுவப்பட்ட அவளுடைய சிவந்த கைகள், கரும்பச்சை நிறமான திண்ணையின் மேலே செந்தாமரை மலர்களைப் போல விரிந்திருந்தன. படங்களைப் பார்த்த பதஞ்சலி, 'என்ன வாத்தியார் இது பாடப் புத்தகமே?' என்று சந்தேகத்துடன் கேட்டாள். 'இல்லை பதஞ்சலி! இது கதைப் புத்தகம். சின்னக் கதையளும் வேறை பாட்டுக்கள், கட்டுரையளும் உதில கிடக்கு!' என்று சுந்தரம் சொன்னதும், 'ஆ! கதைப் புத்தகமே! எனக்கு ஒரு கதையை வாசிக்க காட்டித் தாருங்கோ வாத்தியார்! கதை கேக்கிறதெண்டால் எனக்குச் சரியான விருப்பம்!' என்று களிப்புடன் கூவினாள் பதஞ்சலி.

சுந்தரம் அந்த சஞ்சிகையை வாங்கி அதில் இருந்த ஒரு கதையைக் காட்டி, 'எங்கை இதை வாசி பாப்பம்!' என்றான். அவனுக்கு மிகவும் அருகே, வாழைத்தண்டு போன்றிருந்த அவளுடைய உடலின் இளமை மணத்தை நுகரும் அளவுக்கு நெருக்கமாக இருந்த சுந்தரலிங்கம், தான் மனனம் செய்து மனதில் பதிக்க முயன்ற 'பதஞ்சலி என் தங்கை!' என்ற சொற்றொடரை இந்த வேளை அறவே மறந்து போனான்.

அவள் மனதுக்குள் எழுத்துக் கூட்டிக் கதையின் தலைப்பைப் படித்தாள். 'இரண்டு உள்ளங்கள்' என்று ஒருதரம் சொல்லிப்

பார்த்தவள், 'அதென்ன வாத்தியார் உள்ளங்கள்?' என்று வினவினாள். 'எங்கடை மனம் இருக்கெல்லே! அதுக்கு இன்னொரு பேர்தான் உள்ளம்!' என்று விளக்கியதும், அவள் மேலே தொடர்ந்து எழுத்துக்கூட்டி உரக்க வாசித்தாள். சுந்தரம், அவள் வாசிப்பதையே கண்கொட்டாமல் கவனித்துக் கொண்டிருந்தான். இளமை கொழிக்கும் அவள் சிவந்த முகத்தில், வண்டுகள் போன்ற கருவிழிகள் அங்குமிங்கும் அசைந்த அழகு அவனுடைய மனதை ஈர்த்தது.

கதையின் முற்பகுதி எளிமையான சொற்களில் எழுதப் பட்டிருந்தமையால், வசனங்களைப் படிக்கையிலேயே அவள் ஓரளவுக்கு அர்த்தங்களைப் புரிந்து கொண்டாள். இரண்டாவது பந்தியில் 'காதல்' என்ற வார்த்தை வந்தபோது, அவள் நிமிர்ந்து சுந்தரத்தைப் பார்த்து, 'காதலெண்டால்?' என்று கேட்டாள். அவனுக்குச் சட்டென்று பதில் கூறத் தெரியவில்லை. அவனையே பார்த்த பதஞ்சலி, 'என்ன வாத்தியாருக்கே தெரியாதே?' என்று கேலியாகச் சிரித்தாள். 'காதலெண்டால் கலியாணம் முடிக்கமுதல் ஒரு ஆம்பிளையும் பொம்பிளையும் ஒருத்தரை ஒருத்தர் விரும்பி இருக்கிறதுதான்!' என்று சுந்தரம் விளக்கியபோது, 'எல்லாரும் கலியாணம் முடிக்க முதல் ஒருத்தரை ஒருதர் விரும்புகினமே?' என்று சந்தேகம் நிறைந்தவளாய்க் கேட்டாள் பதஞ்சலி.

தண்ணிமுறிப்புக்கு வந்தபின் பாலியார் மூலமாகக் கதிராமன் பதஞ்சலியினுடைய கதையை அறிந்திருந்த சுந்தரலிங்கம், 'ஏன் நீயும், கதிராமனும் கலியாணம் முடிக்கமுதல் ஒருத்தரை ஒருதர் விரும்பி இருக்கேல்லையே! அதைத்தான் காதல் எண்டு சொல்லுறது!' என்று கூறியபோது அவனுடைய குரல் சற்றுக் கம்மிப் போயிருந்தது. இப்படி அவன் சொன்னதும் அருவிபோலக் கலகலவென்று சிரித்தாள் பதஞ்சலி! 'இல்லை வாத்தியார்! நாங்கள் கலியாணம் முடிக்கமுதல் இப்ப உங்களோடை கதைக்கிறது சிரிக்கிறது போலைதான்; நான் அவரோடையும் கதைக்கிறனான்! பின்னை அவரைக் கலியாணம் முடிக்கோணும் எண்டு நினைச்சுப் பழகேல்லை!' என்று கூறிவிட்டு மீண்டும் சிரித்தாள் பதஞ்சலி. அவளுக்குத் தான் கதிராமனைத் திருமணம்

செய்யவேண்டுமென்ற ஆசையுடன் அவனுடன் பழகியிருந்தால் எப்படி இருந்திருக்கும் என்று எண்ணிப் பார்க்கையில் சிரிப்பாகவும், வெட்கமாகவும் இருந்தது. இவளுடைய வெட்கம் கலந்த சிரிப்பு சுந்தரத்துக்குப் பெரிய வியப்பாக இருந்தது. அப்படியெனில் பதஞ்சலி கதிராமனை முதலிலேயே விரும்பி இருக்கவில்லையா என்று எண்ணியவன், 'அப்ப உனக்கு கதிராமனிலை விருப்பமில்லாமலே அவனை முடிச்சனீ?' என்று கேட்டதற்கு, 'இல்லை வாத்தியார்! எனக்கு அவரிலை விருப்பம், விருப்பமில்லை எண்டில்லை! அவர் வந்து தன்னை முடிக்க எனக்கு விருப்பமோ எண்டு கேட்டார். நான் ஒண்டும் பேசாமல் நிண்டன்.. பிறகு கலியாணம் முடிஞ்சுது!' என்று பதிலளித்த பதஞ்சலியின் முகம், நாணம் கலந்த மகிழ்ச்சியால் சிவந்திருந்தது. காட்டிலே புதையல் அகப்பட்டது போன்று கதிராமனுக்குப் பதஞ்சலி கிடைத்திருக்கிறாள் என்பதை நினைக்கையில் பெருமூச்சு விட்டுக்கொண்டான்.

பதஞ்சலி இவனுடைய நிலமையைக் கவனிக்காது, குதூகலம் நிறைந்த குறும்புடன் சட்டெனக் கேட்டாள். 'வாத்தியார்! நீங்கள் இன்னும் கலியாணம் முடிக்கேல்லைத்தானே! நீங்களும் ஆரோ ஒரு பொம்பிளையை இப்ப விரும்பிக் கொண்டிருக்கிறியளோ?' பதஞ்சலி தன்னுடைய அகன்ற விழிகளை மலர்த்தி இப்படிக் கேட்டபோது, சுந்தரத்தின் இதயத்தை யாரோ இறுக்கிக் கசக்கிப் பிழிவது போலிருந்தது. அவனுடைய கண்கள் சட்டெனக் குளமாகிவிட்டன. அதைக் கண்ட பதஞ்சலி கலங்கிப் போனாள். 'என்ன வாத்தியார் அழுறியள்?' என்று அவள் ஆதரவாகக் கேட்டபோது தனது உணர்ச்சிகளை மறைக்கப் பிரயத்தனப்பட்ட சுந்தரம், கரகரத்த குரலில், 'ஓம் பதஞ்சலி! நானும் ஒருத்தியை விரும்பியிருக்கிறன்தான்!.. அது அவளுக்குத் தெரியாது!' என்று கூறிவிட்டு வயல்வெளிக்கு அப்பாலிருந்த இருண்ட காட்டைப் பார்த்துக் கொண்டிருந்தான். அவனுடைய கலங்கிய கண்களையும், கவலை தோய்ந்த முகத்தையும் கண்ட பதஞ்சலியின் விழிகளும் கலங்கி விட்டிருந்தன. இயற்கையாகவே குதூகலமும், உற்சாகமும் நிறைந்தவளாய் பதஞ்சலி இருந்தாலும், மிகவும் இளகிய இதயம் கொண்டவளாக இருந்தாள்.

தன்னுடன் பழகும் எவர்மீதும் அன்பைச் சொரியும் அவள், அவர்களுடைய துன்பத்தைக் கண்டு இரங்கி அழுதுவிடக் கூடியவளாக இருந்தாள்.

சில நிமிடங்களுக்குள்ளேயே தனது உணர்ச்சிகளைச் சாதுர்யமாக மறைத்துக் கொண்ட சுந்தரம், பதஞ்சலியின் கலங்கிய கண்களைக் கண்டுவிட்டு, 'இதென்ன பதஞ்சலி! குழந்தை மாதிரி!' என்று சிரித்தான். அவனுடைய முகத்தில் சிரிப்பைக் கண்டபின்தான் அவளுடைய துயரம் அகன்றது. 'ஒண்டுக்கும் கவலைப்படக் கூடாது, பயப்பிடக் கூடாதெண்டு அவர் எப்போதும் சொல்லுறவர்! நீங்கள் ஏன் வாத்தியார் கவலைப்படுறியள்?' என்று பதஞ்சலி தனக்குத் தெரிந்தவரை ஆறுதல் கூறவும், 'சிச்சீ! எனக்கென்ன கவலை!.. நாளைக்கு மிச்சக் கதையை வாசிக்கக் காட்டித்தாறன்!.. இப்ப எனக்கு வேறை வேலை இருக்குது!.. நான் போறன்!' என்று கூறிவிட்டு அவன் சென்ற பின்னரும், 'வாத்தியார் ஏன் அழுதவர்?' என்று தனக்குள்ளே சிந்தித்துக் கொண்டாள் பதஞ்சலி. தன்னுடைய சின்னஞ்சிறு உலகத்தைவிட வெளியுலக விசயங்களை அறிந்திராத பதஞ்சலியின் வினாவுக்கு விடையெதுவும் கிடைக்கவேயில்லை. அதன்பின் அவள் அந்த நிகழ்ச்சியை மறந்துபோய்ப் புத்தகத்தை எடுத்து வைத்துக்கொண்டு எழுத்துக்கூட்டி வாசிப்பதில் உற்சாகமாக ஆழ்ந்து போனாள்.

35

வாரஇறுதியில் சனி ஞாயிறு விடுமுறைக்கு வழக்கமாகத் தனது வீட்டுக்குச் செல்லும் சுந்தரலிங்கம், இம்முறை போகவில்லை. அன்று காலையில் கதிராமனுடன் கூடிக்கொண்டு காட்டு வேட்டைக்குச் சென்று, மாலையில் வீடு திரும்பும் வேளையில், மழை பிடித்துக் கொள்ளவே இருவரும் தெப்பமாக நனைந்து விட்டார்கள். கிராமத்தை நெருங்கியதும், 'நீ வீட்டை போ! நான் சாறத்தை மாத்திக் கொண்டு வாறன்' என்று கதிராமனை அனுப்பிட்டுத் தன் இருப்பிடத்துக்குச் சென்ற சுந்தரத்துக்கு தேகம் ஒரே அலுப்பாக இருந்தது.

பகல் முழுவதும் வெய்யிலிலும் மழையிலும் அலைக்கழிந்த அவன் மிகவும் களைத்துப் போயிருந்தான். அன்றிரவு சாப்பிட்டுவிட்டுப் படுத்தவன், அடுத்த நாள் காலையில் படுக்கையை விட்டே எழுந்திருக்க முடியவில்லை. படுத்திருந்த அவனைத் தேடிவந்த கதிராமன், அவனுடைய உடலைத் தொட்டுப் பார்த்துவிட்டுத் திகைத்துப் போனான். அனலாகக் கொதித்தது சுந்தரத்தின் உடல். 'இஞ்சை தனியக் கிடந்து மனை செய்யப் போறியள்!.. வாருங்கோ வீட்டை போவம்!..' என்று அவனைக் கைத்தாங்கலாக அழைத்துச் சென்றான் கதிராமன்.

மாலுக்குள் பாயைப் போட்டு அவனைப் படுக்க உதவிசெய்த பதஞ்சலி, அவனுடைய நெற்றியைத் தொட்டுப் பார்த்தபோது நெருப்பாகத் தகித்தது. அவள் கொடுத்த கொத்தமல்லிக் குடிநீரை வாங்கிக் குடிக்கும்போது சுந்தரத்தின் விரல்கள் குளிரால் நடுங்கின. தன்னுடைய சேலை ஒன்றைக் கொண்டுவந்து அவனுக்குப் போர்த்திவிட்டு, பதஞ்சலி வீட்டு வேலையைக் கவனிக்கச் சென்றாள். கதிராமன் அன்று முழுவதும் எங்கும் செல்லாமல் சுந்தரத்துடனேயே இருந்து அவனைக் கவனித்துக் கொண்டாள்.

சுந்தரத்துக்குக் காய்ச்சல்விடவேயில்லை. எனவே இருட்டும் சமயத்தில் கதிராமன் லைற்றையும் எடுத்துக்

கொண்டு குமுளமுனைச் செல்லையா பரியாரியிடம் மருந்து வாங்குவதற்காகப் புறுப்பட்டான். 'கோடை மழை பெய்தது. காலடியைக் கவனிச்சு போங்கோ!' என்று அவனை வழியனுப்பிவிட்டு, காய்ச்சலில் முனகிக்கொண்டு கிடக்கும் சுந்தரத்தின் அருகில் வந்து அமர்ந்து கொண்டாள் பதஞ்சலி.

காய்ச்சலின் வேகத்தில் தன்னை மறந்து கிடந்த சுந்தரம், மறுபடியும் கண்களைத் திறந்து பார்த்தபோது, தன்னருகிலே இருக்கும் பதஞ்சலியைக் கைவிளக்கின் ஒளியில் கண்டான். அவன் விழிகளைத் திறந்து பார்த்ததைக் கண்ட பதஞ்சலி, அவனுடைய முகத்துக்கு நேரே குனிந்து, 'என்ன வாத்தியார் செய்யுது?' என்று கவலையோடு கேட்டபோது, சுந்தரம் கண்கொட்டாமல் அவளையே பார்த்தான்.

அவளைத் தன்னருகிலே காண்கையில், துயரம் நிறைந்த அவளுடைய விழிகளைப் பார்க்கையில், காலங்கள் தோறும் தன்னுடன் அவள் தொடர்பு கொண்டவள் போல அவனுக்குத் தோன்றியது. ஏழு பிறவிகளிலும் என்னைத் தொடர்ந்து வரவேண்டியவள், ஏன் இன்னொருவனுடைய மனைவியாக என்னைச் சந்தித்தாள்? இந்தச் சந்திப்பு ஏன்தான் எனது வாழ்க்கையில் நிகழ்ந்தது என்று மிகவும் வேதனைப்பட்டான் சுந்தரம். வேதனை முகத்தில் நிறைந்து அவனுடைய விழிகள் கலங்கியபோது, பதஞ்சலி இரக்கத்தால் உந்தப்பட்டவளாக அவனுடைய நெற்றியை மெதுவாக வருடிக் கொடுத்தாள். குளிர்மை நிறைந்த அவளுடைய ஸ்பரிசம் தனது நெற்றியில் தவழும் அந்தப் பொழுதிலேயே தனது உயிர் போய்விடக் கூடாதா என்று அவன் ஏங்கினான். ஏக்கத்தின் விளைவாகச் சுரம் அதிகமாகிக் குலைப்பன் வந்து உடல் வெடுவெடென்று நடுங்கியது. தூக்கித் தூக்கிப் போடும் அவனுடைய உடலை எப்படியாவது அழுத்திப் பிடித்துக் கொள்ளவேண்டும் என்ற தீவிரத்தில், பதஞ்சலி அவனுடைய உடலை நடுங்கவிடாது அப்படியே தன்னுடனே சேர்த்து இறுக அணைத்துக் கொண்டாள். சுந்தரம் சுரவேகத்தில், 'பதஞ்சலி! பதஞ்சலி!' என்று வாய் ஓயாமல் பிதற்றிக் கொண்டிருந்தான்.

குமுளமுனையிலிருந்த திரும்பிய கதிராமன் வாங்கி வந்த குளிகைகளைக் கரைத்துக் கொடுத்ததும் ஒருதரம்

வாந்தியெடுத்த சுந்தரத்தின் காய்ச்சல் படிபடியாகக் குறைந்து, காலையில் முற்றிலும் விட்டிருந்தது.

அவனுக்கு மிகவும் பரிவோடு பணிவிடை செய்த கதிராமனையும் பதஞ்சலியையும் பார்க்கையில், சுந்தரத்தின் மனம் நெகிழ்ந்தது. இந்தக் காலத்தில் இப்படியும் ஒரு பிறவிகளா? காட்டின் நடுவே எளிமையான வாழ்க்கை நடத்தும் இவர்களுடைய உள்ளங்கள்தாம் எத்தனை தூய்மையானவை! பாசத்தையும் பரிவையும் தவிர வேறெதையுமே காட்டத் தெரியாத இவர்கள் சாதாரண மனிதர்கள் அல்ல! இயற்கை அன்னையின் அன்புக் குழந்தைகள்! இன்றைய உலகின் சாதாரண மக்கள் மத்தியில் பிறந்து, அவர்களிடையே வளர்ந்து, கறைபடிந்த உள்ளம் கொண்டவனாகிய நான் எதற்காக இந்த இளம்தம்பதிகளின் வாழ்வில் வந்து குறுக்கிட்டேன்? என்றெல்லாம் ஓயாமல் சிந்தித்த சுந்தரலிங்கம், அவர்கள் எவ்வளவோ தடுத்தும் கேட்காமல் தன்னுடைய அறையிலேயே அன்றிரவு போய்ப் படுத்துக் கொண்டான்.

36

ஒருவார விடுமுறையில் வீட்டுக்குச் சென்று உடலைத் தேற்றிக் கொண்ட சுந்தரலிங்கம் தண்ணிமுறிப்புக்குப் புறப்பட்டுவிட்டான். இன்று லீவுதானே! நாளைக் காலையில் போகலாமே? என்று அவனுடைய தாயார் தடுத்தபோதும் அவன் ஏதோ சாக்குப்போக்குச் சொல்லிவிட்டுப் புறப்பட்டுவிட்டான்.

காலை பத்துமணிபோல் தண்ணிமுறிப்பை வந்தடைந்தவன் நேரே கதிராமனுடைய வீட்டுக்குச் சென்றான். முழுகிவிட்டுத் தனது கூந்தலை ஆற்றிக் கொண்டிருந்த பதஞ்சலி, இவனைக் கண்டதுமே, 'எப்பிடி வாத்தியார் இப்ப சுகமே?.. இண்டு முழுக்கக் காகம் கத்திக் கொண்டிருந்தது. நீங்கள்தான் வருவியள் எண்டு எனக்குத் தெரியும்!' என்று கூறி மகிழ்ச்சியுடன் அவனை வரவேற்றாள்.

வீட்டில் நின்ற விடுமுறை நாட்களில் சுந்தரலிங்கம் தினந்தோறும் ஊற்றங்கரைப் பிள்ளையார் கோவிலுக்குச் சென்று, 'இறைவா! என்னுடைய உள்ளத்திலிருந்த இந்தக் கீழ்த்தரமான நினைவுகளையெல்லாம் நீக்கிவிடு! என்று நெஞ்சுருக வேண்டிக் கொண்டிருந்தான். ஒரு வாரம் பதஞ்சலியைக் காணாமல் இருந்தமையால் அவனுடைய உணர்வுகள் ஓரளவு தணிந்து போயிருந்தன. ஆனால் இப்போ, பதஞ்சலி தனது நீண்ட கருங்கூந்தலை, தோகைபோல் விரித்து முகமெல்லாம் மலர, அவனை அன்புடன் வரவேற்றபோது, ஊற்றங்கரை விநாயகர் அவனை முழுக்க முழுக்கக் கைவிட்டிருந்தார்.

கதிராமன் காட்டுக்குப் போயிருந்தான். திண்ணையில் அமர்ந்து, பதஞ்சலி கூந்தலை ஆற்றும் அழகையே கண்கொட்டாமல் பார்த்தான் சுந்தரம். அவனுடைய பார்வையைக் கவனித்த பதஞ்சலி, 'என்ன வாத்தியார் அப்பிடிப் பாக்கிறியள்?' என்று குழந்தைபோலக் கேட்டதற்கு,

‘உன்ரை தலைமயிர் எவ்வளவு நீளமாய் வடிவாய் இருக்குது தெரியுமே?’ என்று சுந்தரம் மனந்திறந்து கூறியபோது, ஒரு பள்ளிச் சிறுமியைப்போல் பதஞ்சலி வெட்கப்பட்டுச் சிரித்தாள். அவளுடைய கள்ளமில்லாப் புன்னகையைக் கண்ட சுந்தரம், தான் அப்படிச் சொன்தற்காகத் தன்னையே நொந்து கொண்டான். இன்று துணிந்து அவளுடைய அழகைப் பாராட்டியவன், நாளைக்கு என்னென்ன செய்வேனோ என்ற தவிப்பில் பேச்சை வேண்டுமென்றே வேறு திசைக்கு மாற்றினான்.

பதஞ்சலி கொண்டு வந்த கோப்பியை வாங்கிப் பருகியபின், ‘கதை வாசிக்கிறது இப்ப எந்த அளவிலை இருக்குது?’ என்று சுந்தரம் ஆவலுடன் வினவினான். ‘இரண்டு மூண்டு முறை வாசிச்சுப் பாத்தன். ஆனா சில சொல்லுகளுக்குக் கருத்து விளங்கேல்லை வாத்தியார்!’ என்றாள் பதஞ்சலி. அவன் ‘அதென்ன சொல்லுகள்?’ என்று கேட்டபோது பதஞ்சலி, கூந்தலை ஆற்றுவதை நிறுத்தி அச் சொற்களை நினைவுக்குக் கொண்டுவர முயற்சித்தாள். விழிகளைத் தூரத்தே செலுத்தி அப்படித் தீவிரமாகச் சிந்திக்கையில் அவளுடைய முகம் கனவு காண்பதைப்போல் அழகாக இருந்தது. திடீரென அந்த அழகிய முகத்திலொரு சலனம்! ‘கற்பு எண்டு புத்தகத்திலை எழுதிக் கிடக்கு.. அப்பிடியெண்டால் என்ன வாத்தியார்?’ என்று கேட்டாள் பதஞ்சலி. முன்பொரு நாள் அவள் காதல் என்ற வார்த்தைக்கு அர்த்தம் கேட்டபோது பெரும் பிரயத்தனப்பட்டு அதை அவளுக்கு விளக்கியது அவனுக்கு ஞாபகம் வந்தது. காதல் என்ற வார்த்தைக்கு அர்த்தம் கூறியதுபோன்று, கற்பு என்பதற்கும், அதுவும் ஒரு இளம் பெண்ணுக்கு விளக்குவது அவனுக்குப் பெரும் சங்கடமாக இருந்தது.

சில நிமிடங்கள் ஆழ்ந்து சிந்தித்தவன், ‘கற்பு எண்டு சொன்னால்.. ஒரு பொம்பிளை தனக்குச் சொந்தமில்லாத வேறை ஆம்பிளையோடை நெருங்கிப் பழகினால்.. அவளுக்குக் கற்பில்லை எண்டு சொல்லுவினம்.. அப்பிடி நடக்காத பொம்பிளைதான் கற்புடையவள்..’ என்று சுந்தரம் இழுத்து, இழுத்துக் கூறியபோது, பதஞ்சலியின் முகத்தில் சந்தேகமே கோடிட்டது. மௌனமாக ஆழ்ந்து யோசித்த அவள், ‘ஏன்

வாத்தியார்? நீங்கள் எனக்கு ஒரு பிறத்தி ஆம்பிளைதானே! நான் உங்களோடை நெருங்கிப் பழகுறன்தானே? அப்பிடியெண்டால் நான் கற்பு இல்லாதவளே?' என்று கேட்டதும், சுந்தரம் பதறிப்போய், 'சிச்சீ!.. அப்பிடி இல்லை பதஞ்சலி!.. அன்பாய் கதைச்சு உன்னைப்போல் நெருங்கிப் பழகிறதை கற்பில்லை எண்டு சொல்ல முடியாது! .. தொட்டுப் பழகினால்தான் வித்தியாசமாய் கதைப்பினம்!' என்று கூறினான். அப்போதுங்கூடப் பதஞ்சலியின் முகத்திலிருந்த சந்தேகமூட்டம் அகலவேயில்லை. 'ஏன் நான் உங்களைத் தொட்டுப் பழகியிருக்கிறன்தானே? .. நீங்கள் குலைப்பன் காய்ச்சலோடை கிடக்கேக்கை நான் உங்களைப் புடிச்சுக்கொண்டு பக்கத்திலை இருந்தனான்தானே?' என்று அவள் குழந்தைத்தனமாகக் கேட்டாள். அவளுக்குப் பதில் சொல்ல இயலாது தவித்தான் சுந்தரலிங்கம். 'ஏன் வாத்தியார், அப்பிடிப் புழங்கினால் என்ன? பெம்பிளையளுக்கு கட்டாயம் கற்பு இருக்கத்தான் வேணுமே?, என்று பதஞ்சலி சந்தேகம் தீராதவளாகப் பல கேள்விகளைத் தொடுத்தபோது, சுந்தரம் கற்பின் வரைவிலக்கணத்தை அதிகம் படித்திராத பதஞ்சலிக்கு எப்படி விளங்கவைப்பது என்று புரியாமல் திகைத்துப் போனான். 'பதஞ்சலி! கற்புடைய பொம்பிளை ஒருத்தி, ஒரு ஆம்பிளையைத்தான் தன்னுடைய புருசனாய் நினைப்பாள்.. அவனுக்குத்தான் அவள் பெண்சாதியாய் இருப்பாள்.. வேறை ஆண்களோடை அப்பிடியெல்லாம் பழகமாட்டாள்.. என்று ஒருவாறு விளக்கியபோது, பதஞ்சலிக்கு அது புரிந்தும் புரியாமல் போலிருந்தது. எனவே மீண்டும் அவனைப் பார்த்து, 'அப்பிடித்தானே எல்லாப் பெண்சாதிமாரும் நடப்பினம்!' என்றபோது, 'ஓ! அப்பிடித்தான்!.. ஆனால் சில பொம்பிளையள் அப்பிடி நடக்கிறேல்லை!..' என விடை கூறினான் சுந்தரம். இதைக் கேட்டு மேலும் குழம்பிக்கொண்ட பதஞ்சலி, 'ஏன் வாத்தியார்? அந்தப் பொம்பிளையள் அப்பிடி நடக்கிறேல்லை?' என்று மீண்டும் கேட்டபோது, அவனுக்கு என்ன சொல்வதென்றே புரியவில்லை.

இதுவரை அவன் தன்னால் முடிந்தமட்டுக்கு, பதஞ்சலியின் அறிவுக்கும், அனுபவத்திற்கும் ஏற்ற வகையில் கற்பு என்ற

வார்த்தைக்குக் கருத்துக் கூறிக்கொண்டு வந்தான். ஆனால் ஒரு பெண் ஏன் கற்புத் தவறுகின்றாள்? அல்லது ஏன் ஒரு ஆண் ஒரு பெண்ணின் கற்பு கெடுவதற்குக் காரணமாய் இருக்கிறான்? என்ற ரீதியில் பதஞ்சலியிடமிருந்து கேள்விகள் கிளம்பவே, அவன் தடுமாறிப் போய்விட்டான். அவனுக்கே அந்தக் கேள்விகளுக்குப் பதில் தெரிந்திருக்கவில்லை. எனவே அவன், 'நீயேன் இப்ப இதுக்கெல்லாம் கடுமையாய் யோசிக்கிறாய்?.. நான் இன்னும் வேறை புத்தகங்கள் தாறன்.. அதுகளை வாசிச்சால் எல்லாம் தன்பாட்டிலை விளங்கும்!' என்று பேச்சை மாற்றியபோது, அவள் ஓரளவு சமாதானம் அடைந்ததுபோல் காணப்பட்டாள்.

ஆனால் கல்வி, நாகரிகம், பண்பாடு என்ற விசயங்களை அறியாது அமைதியான நீர்நிலை போன்றிருந்த அவளுடைய களங்கமற்ற உள்ளத்திலே 'கற்பு' என்ற ஒரு சொல் சிறிய கல்லைப்போல் விழுந்தபோது அங்கு மெல்லிய அலைகள் எழுந்து, விரிந்து, பரந்து பின் மெதுவாக அடங்கிப் போயின. ஆனால் அந்தக் கல் அவளுடைய அந்தரங்கத்தின் அடியிலே மெல்ல இறங்கித் தங்கிக்கொண்டது.

37

என்று சுந்தரம், பதஞ்சலிக்கு கற்பு என்ற வார்த்தைக்குத் தன்னால் இயன்றவரை விளக்கம் கொடுத்தானோ அன்றையிலிருந்து அவனும் வெகுவாக மாறிப் போனான். ஒரு பெண் எதற்காகக் கற்பிழக்கிறாள்? அவளை ஏன் ஒரு ஆண் கற்பிழக்கச் செய்கிறான்? என்ற வினாக்களெல்லாம் அவனுடைய நெஞ்சைக் குடைந்தபோது அவற்றையிட்டுப் பலநாட்களாக அவன் சிந்திருந்தான்.

என்னுடைய மனம் எதற்காகப் பதஞ்சலியையே சுற்றிச் சுற்றி வரவேண்டும்? அவளைப் பார்க்கும் போதெல்லாம் என் உடலிலும் உள்ளத்திலும் பொல்லாத உணர்வுகள் கிளர்ந்து ஏன் என் மனதைக் கலைக்கின்றன? கள்ளமற்ற வெள்ளை உள்ளங்கொண்ட கதிராமனுடைய மனைவி என்றறிந்தும் ஏன் நான் அவளுடைய குரலைக் கேட்டுப் பரவசமடைகின்றேன்? என்றெல்லாம் தன்னைத்தானே கேட்டுக் கொண்டான் சுந்தரம். அவன் எவ்வளவு ஆழமாகச் சிந்தித்தாலும், தான் ஏன் இந்த உணர்வுகளுக்கெல்லாம் ஆட்படுகின்றான் என்பதற்குத் தெளிவானதாகவும், ஏற்கக் கூடியதாகவும் விடையெதுவும் கிடைக்கவில்லை. ஆனால் தனது மனம் எதற்காகத்தான் அவளை விரும்பியபோதும், அவளை அப்படி விரும்புவதற்கோ அல்லது ஆற்றொழுக்குப்போல் போய்க் கொண்டிருக்கும் அவர்களுடைய அமைதியான வாழ்வில் தலையிடுவதற்கோ, தனக்கு எவ்வித உரிமையும் கிடையாது என்ற ஒன்றை மட்டும் அவன் எந்தவிதச் சந்தேகத்துக்கும் இடமின்றிப் புரிந்து கொண்டான்.

இயல்பாகவே விவேகமான அவனுடைய மனம், 'இனிமேலும் நீ அங்கு போய் பதஞ்சலியுடன் பழகுவது முறையல்ல!' என்று எச்சரித்தது. 'பதஞ்சலியை உனது தங்கைபோல் எண்ணி உன்னால் பழகமுடியாது! உன்னை நீயே ஏமாற்றிக் கொள்ளாதே!.. ஆதலால் அங்கு போவதை அடியோடு நிறுத்திவிடு!.. அவசியமானால் இந்தக்

கிராமத்தையே விட்டு எங்காவது போய்விடு! அழகியதொரு கவிதையைப் போன்று இனிக்கும் இந்த இளம் தம்பதிகளின் வாழ்வைச் சிதைத்துவிடாதே!' என்றெல்லாம் அவனுக்கு எடுத்துக் கூறியது. ஆனால் நுண்ணிய உணர்வுகளைக் கொண்ட அவனுடைய இதயமோ, 'பதஞ்சலி இந்தப் பிறப்பில்தான் இன்னொருவனுடைய மனைவியாகிவிட்டாள். காலங்காலமாக அவள் உன்னுடையவளாகத்தான் இருந்திருக்கின்றாள். இல்லையேல் இதுவரையில் கோடுபோட்டு வாழ்ந்த நீ எதற்காக அவளைக் கண்டதுமே உன்னுடைய இதயத்தைப் பறிகொடுத்து விட்டாய்? இப்போதும் என்ன கெடுதல் செய்துவிட்டாய்? இன்னும் எத்தனை நாட்களுக்குத்தான் தண்ணிமுறிப்பில் இருக்கப் போகின்றாய்? ஆசிரியர் கலாசாலைப் பரீட்சைக்குத் தோற்றிய நீ நிச்சயமாக அதில் தேறிவிடுவாய்! அப்படியானால் இந்த வருட இறுதிவரைதானே நீ இங்கிருப்பாய்! இந்த இரண்டு மாதங்களுள் நீ அங்கு போய் வருவதில் என்னதான் கெட்டுப் போகும்? இந்தச் சில நாட்களுக்காவது உன்னைப் பிறவிகள்தோறும் தொடர்ந்துவரும் பதஞ்சலியின் அருகிலேயே இருந்துவிடு!' என்று கெஞ்சியது.

சுந்தரலிங்கத்தின் விவேகம் நிறைந்த மனச்சாட்சியும், ஆசைகளில் ஊறிய இதயமும் தர்க்கித்துக் கொண்ட போது, இறுதியில் வெற்றி அடைந்தது அவனுடைய இதயமேதான்!

ஒவ்வொரு நாளும் துடிக்கும் நெஞ்சுடன் பதஞ்சலியின் வீட்டுக்குச் செல்வான். அவள் பரிமாறும் சோற்றின் ஒவ்வொரு பருக்கையையும் உருசித்துச் சாப்பிடுவான். அவன் கொடுத்த புத்தகங்களை அவள் கொஞ்சம் கொஞ்சமாக விளங்கிக் கொண்டபோது அவளுடைய திறமையைக் கண்டு அகமகிழ்ந்தான். அவள் அங்குமிங்கும் தங்கத்தேர் போல அசைந்து நடக்கையில், மனங்கொண்ட மட்டும் அந்தத் தெய்வீக அழகைத் தனது இதயத்தில் நிறைத்துக் கொண்டான்.

அந்த இரண்டு மாதங்களில் பதஞ்சலியும் அவளை அறியாமலே ஒரு மெல்லிய மாற்றத்துக்கு ஆளாகிக் கொண்டிருந்தாள். அவள் எழுத்துக்கூட்டிப் படித்த புத்தகங்கள் அவளை மெல்ல மெல்ல ஒரு புதிய உலகின் வாசல்களுக்கு அழைத்துச் செல்ல ஆரம்பித்திருந்தன.

அந்தப் புதிய உலகத்தின் நடவடிக்கைகளும், நிகழ்ச்சிகளும் அவளுக்கு மிகவும் புதுமையாகவும், ஏதோ சில உணர்வுகளைக் கிளறி விடுபவையாகவும் இருந்தன. பூட்டியிருக்கும் ஓர் அறையைப் பார்க்கக் கூடாதென உத்தரவிடப்பட்டிருந்த ஒரு குழந்தையின் முன் அந்த அறையின் கதவுகள் திடீரெனத் திறந்து கொண்டதுபோல் ஒரு உணர்வு! அதற்குள் என்னதான் இருக்கின்றது பார்க்க ஆசைப்படும் ஒருவகை ஆவல்! அப்படி இரண்டொரு தடவை எட்டிப் பார்த்தபோதும் அங்கு கண்டவற்றை இனம் கண்டுகொள்ள முடியாததொரு தவிப்பு! இத்தகைய அனுபவங்களைத்தான் அந்தப் புத்தகங்கள் அவளுக்கு ஏற்படுத்தியிருந்தன.

நிலக்கிளியைப் போன்று தனது இருப்பிடத்தையும், கதிராமனையும் மட்டுமே இதுவரை சுற்றிப் பறந்த பதஞ்சலியின் களங்கமற்ற உள்ளத்தை, அந்தச் சின்ன வாழ்க்கை வட்டத்திற்கு வெளியேயும் இடையிடை பறப்பதற்குத் தூண்டின அந்தப் புத்தகங்கள்! ஆனால் அந்த எல்லை மீறுதல்கள் யாவும் தெளிவற்றவையாக, ஒருசில நிமிடங்களுக்கே நீடிப்பவையாக இருந்தன. இதன் காரணமாகப் பதஞ்சலி தனது வழமையான குறும்பையும், குதூகலத்தையும் ஓரிரு நிமிடங்கள் ஒதுக்கிவிட்டுச் சிந்தனையில் ஆழ்ந்து போவாள். ஆனால் மறுகணம் தனது சொந்த வாழ்க்கை வட்டத்துக்குள் சிறகடித்துப் பறப்பவளாகப் பழைய பதஞ்சலியாக மாறிவிடுவாள்.

38

அன்று சுந்தரத்துக்கு நல்லூர் ஆசிரிய கலாசாலையிலிருந்து கடிதம் வந்திருந்தது. பிரவேசப் பரீட்சையில் அவன் தேறியிருப்பதாகவும், தை மாதம் ஒரு குறிப்பிட்ட திகதியில் அவனை அங்கு வரும்படியாகவும் கூறியது அந்தக் கடிதம்.

அந்தக் கடிதத்தைக் கண்டதுமே எதிர்பார்த்த முடிவு வந்துவிட்டது. தானும் இனி ஒரு பயிற்றப்பட்ட ஆசிரியன். தனக்கும் ஒரு நிரந்தரமான தொழில் கிடைத்துவிட்டது என மகிழ்ந்தான். மறுகணம் பதஞ்சலியைப் பிரிந்து போகவேண்டுமே என்று அவனுடைய மனம் வேதனைப் பட்டுக்கொண்டது. அன்று மத்தியானம் சாப்பிடச் சென்றபோது அவன் விசயத்தைச் சொன்னதும், கதிராமனும் பதஞ்சலியும் அச் செய்தியை மகிழ்ச்சியுடன் ஏற்றுக் கொள்ளவில்லை. 'என்ன வாத்தியார்! நீங்கள் இஞ்சை வந்து ஒரு வரியமாகேல்லை! அதுக்கிடையிலை போக வெளிக்கிடுறியள்!..' என்று குறைப்பட்டுக் கொண்டனர். அவன் விசயத்தை மேலும் தெளிவாக விளக்கியபோது, 'அப்பிடியே சங்கதி! இரண்டு வரியம் படிச்சு முடிஞ்சதும் பெரிய வாத்தியாராய் இஞ்சை வருவியள்தானே!' என்று பதஞ்சலி ஆறுதல்பட்டுக் கொள்வதைப் பார்க்கையில் சுந்தரத்துக்கு நெஞ்சை எதுவோ செய்தது.

அவன் எந்த முடிவுக்குக் காத்திருந்தானோ அந்த முடிவு வந்துவிட்டது. பதஞ்சலியின் சின்னக் குடிசையைச் சுற்றிப் படர்ந்திருக்கும் தனது ஆசைக் கொடிகளை இனிமேல் அறுத்துக் கொண்டு புறப்படவேண்டுமே என அவனுடைய இதயம் வேதனைப்பட்டது. ஆனால் அவனுடைய மனம், 'இதுவரை எந்த அசம்பாவிதமும் நடக்கவில்லை. இனிமேலும் அது நிகழாமல் இருப்பதற்கு இதைவிட வேறு வாய்ப்பு இல்லை! எனவே வேதனைப்படாதே!' என்று தேறுதல் கூறியது.

அடுத்த நாள் மாலையில் சுந்தரலிங்கம் தான் தண்ணிமுறிப்பை விட்டுச் செல்லும் விசயத்தைத் தெரிவிப்பதற்காக அங்கு சென்றிருந்தான். அங்கே மலையர், முற்றத்தில் மான் தோலைப் போட்டுக்கொண்டு உட்கார்ந்திருந்தார். அவருக்குப் பக்கத்தில் ஒரு போத்தல் சாராயம் இருந்தது. தை மாதத்தில் அவன் தண்ணிமுறிப்புக்கு முதலில் வந்தபோது கண்ட மலையருக்கும் இன்று காணும் மலையருக்கும் இருந்த வித்தியாசத்தை உணர்ந்தான். மழை தண்ணியின்றி வறண்டிருந்த அவருடைய வளவைப் போன்றே அவரும் உடற் கட்டிழந்து உருக்குலைந்து போயிருந்தார். சுந்தரம் செய்தியைச் சொன்னதும், அவர் பெரிய மனிதத் தோரணையில், 'அது நல்லதுதானே தம்பி! ஆனால் எம்பியிட்டைச் சொல்லிப் பள்ளிக்குடத்துக்கு வேறை ஒரு ஆளைப் போடோணும்! நான் அவரிட்டை ஒருக்கா போகத்தான் வேணும்!' என்று கூறிக்கொண்டார். விசயத்தை அறிந்து பாலியாரின் மனம் விழுந்துவிட்டது. துயரினால் ஆரோக்கியம் குன்றியிருந்த அவள், 'இனிமேல் ஆர் எனக்கு என்ரை புள்ளையைப்பற்றி அடிக்கடி வந்து சொல்லப் போகினம்?' என்று மனதுக்குள் வேதனைப் பட்டுக்கொண்டாள். இருப்பினும் அதை வெளிப்படையாகக் கூற இயலாமல், 'இவ்வளவு நாளும் தம்பி ராசு நல்ல விருப்பமாய் படிச்சான். இனி ஆரார் வருகினமோ?' என்று பெருமூச்சு எறிந்து கொண்டாள். அவர்களிடமிருந்து சுந்தரலிங்கம் விடைபெற்று தனது அறையை நோக்கிச் சென்று கொண்டிருக்கையில், அவனெதிரே ராசு வந்து கொண்டிருந்தான்.

அவனுடைய கைப்பிடியிலே ஒரு நிலக்கிளி காணப்பட்டது. மரகதப் பச்சை நிறமான அதன் இறகுகள் மாலை வெய்யிலில் பளபளத்தன. சுந்தரம் அந்த நிலக்கிளியை ராசுவிடமிருந்து கையில் வாங்கிப் பார்க்கையில், அது மனிதக் கரங்கள் தன்மீது பட்டுவிட்டனவே என்ற துடிப்பில் படபடவெனச் சிறகுகளை அடித்துக் கொண்டது. கருகரு என்றிருந்த குண்டுமணிக் கண்களை மலங்க மலங்க விழித்துக் கொண்டே அது அவனைப் பரிதாபமாகப் பார்த்தது. 'இதை என்னண்டு ராசு புடிச்சனி?' என்று சுந்தரம் கேட்டபோது, 'இதுகளை

இலேசாய் புடிக்கிலாம் வாத்தியார்! இதுகள் தங்கடை நிலப் பொந்துகளுக்கு கிட்டவாய்த்தான் எப்பவும் இருக்குங்கள்! பொந்து வாசலிலை சுருக்கு வைச்சால் சுகமாய் புடிபட்டுப் போடுங்கள்!' என்று ராசு பெருமையுடன் கூறினான்.

பொழுது சாய்ந்த கொண்டிருந்தது. காட்டுக் கிராமங்களில் வாழ்பவர்கள் இருட்டி சற்று நேரத்துக்குள்ளாகவே சாப்பாட்டை முடித்துக் கொண்டு நித்திரைக்குச் சென்றுவிடுவது வழக்கம். சுந்தரம் இரவு ஏழு மணிக்கே பதஞ்சலி வீட்டில் சாப்பாட்டை முடித்துக் கொண்டு அறைக்குத் திரும்பி விடுவான். இன்றும் அவ்வாறு சாப்பிட்டுவிட்டு வரவேண்டுமென்ற எண்ணத்தில் அவன் அங்கு சென்றபோது, கதிராமன் இரவு வேட்டைக்குப் புறப்பட்டுக் கொண்டிருந்தான்.

காடியரிடம் துவக்கை வாங்கிக் கொண்டு அவன் இரவு வேட்டைக்குப் போவது வழக்கம். அவன் சென்றபின் பதஞ்சலி குடிசைக்குள் அரிக்கன் லாம்பை ஏற்றி வைத்துக் கொண்டு தூங்கிப் போவாள். அவளுக்குத் தனியே படுப்பதில் பயம் எதுவுமில்லை. இன்றும் கதிராமனுக்கும் சுந்தரலிங்கத்துக்கும் சாப்பாட்டைக் கொடுத்து வழியனுப்பி விட்டுத் தானும் சாப்பிட்டுவிட்டுப் படுத்துக் கொண்டாள்.

கதிராமன் பள்ளிக்கூடத்தைக் கடந்துதான் காடியர் வீட்டுக்குச் செல்ல வேண்டுமாதலால் சுந்தரத்துடன் சேர்ந்தே சென்றான். அவன் பாடசாலை வாசலடியில் சற்றுத் தாமதித்தபோது, செம்மண் சாலைக்கு மேற்கே கிடந்த காடுகளைத் தழுவிக் கொண்டு குளிர்காற்று சில்லென்று வீசியது. 'என்ன இண்டைக்கு காத்து ஒருமாதிரி அடிக்குது!' என்று கூறிக்கொண்டே நிமிர்ந்து வானத்தைப் பார்த்தான் கதிராமன். பாதி நிலவின் ஒளியில் மேகங்கள் என்றுமில்லாத வேகத்துடன் மேற்கிலிருந்து கிழக்கே விரைவதைக் கண்டான். என்ன இன்று ஒருநாளும் இல்லாதவாறு என்று தனக்குள்ளேயே வியந்து கொண்டவன், 'நீங்கள் போய்ப் படுங்கோ வாத்தியார்! நான் வாறன்' என்று சொல்லிவிட்டுக் காடியரிடத்தில் துவக்கையும் வாங்கிக் கொண்டு காட்டுக்குள் நுழைந்தான்.

39

முன்னிரவு கடந்தபோது, கதிராமன் கூளா மோட்டையை அடைந்தான். அடர்ந்த அந்தக் காட்டுக்குள் நின்ற ஒரு பாலைமரத்தில் ஏறி வசதியாக அமர்ந்து கொண்டபோது, இதுவரை இலேசாக வீசிக் கொண்டிருந்த கச்சான் காற்று பலமாக அடிக்கத் தொடங்கியது. இடையிடையே வந்த விழுந்த மழைத்துளிகள் ஈயக் குண்டுகள் போன்று வேகத்துடன் வீழ்ந்தன. மழை பலமாகப் பெய்யும்போன்று தோன்றியதால் கதிராமன் மரத்திலிருந்து இறங்கி, அந்தப் பெரிய பாலைமரத்தின் அடியிலிருந்த கொட்டுக்குள் ஒதுங்கிக் கொண்டான். ஒரு ஆள் குந்தியிருக்கப் போதுமான அந்த மரக்கொட்டுக்குள் வசதியாக உட்கார்ந்து கொண்டு எதிரே தெரிந்த கூளா மோட்டையையும், அதைச் சுற்றிநின்ற மரங்களையும் கவனித்தான் கதிராமன். கச்சான் காற்று உக்கிரமாக வீசத் தொடங்கியது. மோட்டையின் கரையில் நின்ற வீரைமரங்கள் காற்றில் கிளைகசை சிலுப்பிக் கொண்டு பயங்கரமாக ஆடின. பாலைமரக் கொட்டுக்குள் இருளோடு இருளாகப் பதுங்கியிருந்த கதிராமன், 'சூறாவளிக்கையெல்லோ ஆப்பிட்டுக் கொண்டன்!' என்று எண்ணிக் கொண்டான்.

பாடசாலை அறையினுள் படுத்து நித்திரையாயிருந்த சுந்தரலிங்கம் சட்டென்று விழித்துக் கொண்டபோது, வெளியே சூறாவளிக் காற்றுப் பலமாக ஊளையிட்டுக் கொண்டே வீசியது. அவன் எழுந்து அறைக் கதவைத் திறந்தபோது மழைச்சாரலும், இலைச் சருகுகளும், அவனுடைய முகத்தில் பறந்துவந்து மோதின. வெளியே சென்று பார்க்க முயன்ற அவனைக் காற்று தள்ளி விழுத்திவிடுவது போன்று வேகமாக வீசியது. கதவை இறுகப் பற்றிக்கொண்டு அவன் வெளியே பார்த்தபோது, மங்கிய நிலவில் புயலின் கோரப்பிடியில் அகப்பட்டுக் காட்டு மரங்களெல்லாம் தலைவிரி கோலமாகப் பேயாட்டம் போட்டுக் கொண்டிருந்தன. மரங்கள் சடசடவென முறிந்து புயலோடு அள்ளுண்டு பறந்தன. மரங்களும் மரங்களும்

மோதிக்கொள்ளும் ஓசை! இலைகளும் கிளைகளும் காற்றில் அகப்பட்டு எழுப்பும் ஓலம்! இவையெல்லாம் உய்யென்று கூவிய புயலின் கூச்சலுடன் சேர்ந்து அந்தப் பிரதேசத்தையே கலக்கின. ஒரே பேய்க் காற்று!

சுந்தரம் தனது வாழ்க்கையில் இப்படியொரு பயங்கரப் புயலைக் கண்டதில்லை. உலகத்தை அழிக்கப் புறப்பட்டுவிட்ட ஊழிக்காற்று இதுதானோ என்று அவன் பீதியடைந்து நின்றபோது, ஆங்காரத்துடன் வீசிய புயலில் பாடசாலையின் பாதிக்கூரை பிய்த்துக் கொண்டு பறந்தது. பாடசாலையின் மேற்கோப்பியம் காற்றின் வேகத்தைத் தாங்க இயலாது கிரீச்சிட்டது. எங்கே பாடசாலைக் கட்டிடம் விழுந்து விடுமோ என்று சுந்தரம் பயந்தான். அவனுடைய மனதில் சட்டென வந்தது பதஞ்சலியின் நினைவு!

இந்தப் பயங்கரப் புயலில் அவள் எவ்வாறுதான் அந்தச் சின்னக் குடிசைக்குள் இருக்கிறாளோ? கதிராமனும் அவளுடன் இல்லையே! இந்நேரம் குடிசையின் கூரை பிடுங்கி எறியப்பட்டிருக்குமே! என்று நினைத்துத் தவித்த சுந்தரம், ஆவேசம் வந்தவனாக அந்த இருளிலும், புயலிலும் பதஞ்சலியின் குடிசையை நோக்கி ஒரே ஓட்டமாக ஓடினான்.

எலும்பின் நிணக்கலங்களையும் உறைய வைக்கும் கடுங்குளிர்! பாதை தெரியாதவாறு மரக்கிளைகள் முறிந்து விழுந்து சாலையெங்கும் இறைந்து கிடந்தன. இடையிடையே காற்றின் வேகம் தணியும்போது, விழுந்து கிடக்கும் மரங்களிலே மோதிக்கொண்டு ஓடினான் சுந்தரம். மறுபடியும் காற்று பேய்க்கூச்சலுடன் பிடுங்கி எறிகையில் சாய்ந்து கிடந்த மரங்களோடு ஒண்டிக் கொள்வான். சுமார் கால்மைல் தொலைவிலிருந்த பதஞ்சலியின் குடிசையை அடைவதற்குள் அவன் பட்ட பிரயத்தனம் கொஞ்சமல்ல! ஒருவாறு குடிசையை அவன் சென்றடைந்தபோது, முற்றத்தில் இருந்த மால் சரிந்து கிடப்பதைக் கண்டான். குடிசை உயரம் இல்லாமலும் உறுதியாகவும் இருந்ததால் ஒருவாறு புயலை எதிர்த்துக் கொண்டு சமாளித்து நின்றது.

ஆவேசத்துடன் வீசிய காற்று சற்றுத் தணிந்தபோது, அவன் ஓடிச்சென்று குடிசையின் படலையடியில் நின்று, 'பதஞ்சலி! பதஞ்சலி!' என்று கத்தினான். புயலின் பயங்கர இரைச்சலில் அவன் அழைத்தது அவளுக்குக் கேட்டிருக்க முடியாது. எனவே, படலையைத் தள்ளித் திறந்துகொண்டு உள்ளே சென்றான். அங்கே அச்சத்தால் அகன்ற விழிகளுடன் பதஞ்சலி குடிசையின் ஒரு மூலையில் ஒடுங்கிப்போய் உட்கார்ந்திருப்பது அரிக்கன் லாம்பு வெளிச்சத்தில்; மங்கலாகத் தெரிந்தது.

சுந்தரத்தைக் கண்டதும் பயத்தாலும் குளிராலும் நடுங்கிக் கொண்டிருந்த அவள் எழுந்து நின்றுகொண்டே, 'நான் நல்லாய் பயந்துபோனன் வாத்தியார்!' என்று கூறுகையில், திறந்திருந்த படலையின் வழியே காற்று குடிசையின் உள்ளேயும் வேகமாக வீசியது. 'வெளியிலை ஒரே பேய்க் காத்தாய் கிடக்கு! இண்டைக்கு உலகம் அழியப் போகுதுபோலை!' என்று சுந்தரம் சொன்னபோது, 'படலையைச் சாத்துங்கோ வாத்தியார்! காத்து விளக்கை அணைச்சுப்போடும்!' என்றாள் பதஞ்சலி.

அவன் படலையைக் கயிற்றால் கட்டினான். அவனுடைய தலைமயிர் மழையில் நனைந்திருந்ததைக் கண்ட பதஞ்சலி, 'என்ன வாத்தியார் நல்லாய் நனைஞ்சு போனியள்! முந்தியும் மழையிலை நனைஞ்சுதான் குலைப்பன் காய்ச்சல் வந்தது! இஞ்சை விடுங்கோ நான் இதாலை துடைச்சு விடுறன்!' என்று கூறிக்கொண்டே கொடியில் தொங்கிய தன்னுடைய சேலையை எடுத்துக்கொண்டு அவனருகில் சென்றாள். எடுத்த எடுப்பிலேயே அச் சேலையால் அவனுடைய தலையைத் தானே துவட்டிவிட எண்ணியவள், சட்டென்று ஏதோ நினைத்தவளாய் சேலையை அவனிடமே நீட்டினாள்.

அதை வாங்கிக்கொண்ட சுந்தரத்தின் விழிகள் பதஞ்சலியின் கண்களை ஒருதடவை சந்தித்துக் கொண்டன. ஒருவகைக் கலக்கத்துடன் மிதந்த அவளுடைய விழிகள் சட்டெனத் தாழ்ந்து கொண்டன. அவளில் ஏற்பட்டிருந்த ஒரு மாற்றத்தைக் கண்டு திகைத்துப் போனான் சுந்தரம். நேர்கொண்ட பார்வையும், சுடர்விடும் ஒளியும் கொண்ட அவளுடைய விழிகள் ஏன் இப்படித் தன்னுடைய பார்வையைச் சந்திக்க

முடியாமல் குனிந்து கொள்ள வேண்டும் என்று சுந்தரம் குழம்பிப் போனான்.

அவளுடைய சேலையை வாங்கித் தலையைத் துவட்டிக் கொள்ளும்போது சுந்தரத்துக்கு, அந்தச் சேலையில் அவளுடைய உடலின் சுகந்தம் மணத்தது. இதுவரை சூறாவளியின் கோரத் தாண்டவத்தால் பதஞ்சலிக்கு ஏதாவது ஆபத்து ஏற்பட்டுவிடுமோ என்ற அச்சத்தைத் தவிர, அவனுடைய பிற உணர்வுகளெல்லாம் உறங்கிப் போயிருந்தன. ஆனால் அவளுடைய சேலையினால் முகத்தைத் துடைக்கும்போது, அவனுடைய உணர்வுகளைத் தட்டி எழுப்பிவிட்டன. அன்றொரு நாள் பலாப்பழம் சாப்பிடுகையில் பதஞ்சலி, தன்னுடைய கரங்களையும் பிடித்து எண்ணெய் பூசியது நினைவுக்கு வந்தது. கூடவே அவளுடைய விரல்களின் மென்மையும் கதகதப்பும் நிறைந்த ஸ்பரிசம் மீண்டும் அவனுடைய கைகளுக்குள் படர்வது போன்றதொரு உணர்வு ஏற்பட்டது.

குடிசைக்கு வெளியே புயல் ஓலமிட்டது. தனது கரங்களை உயர்த்தி மேலே கட்டியிருந்த கொடியில் சேலையை விரித்தபோது, பதஞ்சலியின் கட்டுடல் மங்கலான விளக்கொளியில் அற்புதமாகப் பிரகாசிப்பதைக் கண்டான் சுந்தரம். பெண்மையின் பூரிப்பு அத்தனையும் நிறைந்து விளங்கும் அவளுடைய உடலைப் பார்க்கையில், அவனுடைய நெஞ்சிலெழுந்த உணர்வலைகள் மெல்ல மெல்லப் படர்ந்து அவனுடைய உடலெங்கும் வியாபித்தன.

எங்கோ ஒரு மரம் முறிந்துவிழும் மளார் என்ற ஓசை பயங்கரமாக ஒலித்தது.

சுந்தரம் சட்டென்று தனது உணர்ச்சிகளை அடக்கி, தன்னைச் சுதாரித்துக் கொண்டு, இதற்கு மேலும் இந்தச் சின்னக் குடிசைக்குள் தான், இவளுடன் தனித்திருப்பது நல்லதல்ல என்று எண்ணியவனாய், 'நீ இதுக்கை படுத்திரு பதஞ்சலி! நான் வெளியிலை மாலுக்குள்ளை போய் படுக்கிறன்!' என்று கூறினான். உணர்ச்சிகளை அடக்கியதால் அவனுடைய குரல் கம்மிப் போயிருந்தது. 'என்னை விட்டிட்டுப் போகாதையுங்கோ வாத்தியார்! எனக்குப் பயமாய் கிடக்கு! அப்பிடியெண்டால்

நானும் வாறன்!' என்று துடித்துக் கொண்டு புறப்பட முயன்றாள் பதஞ்சலி.

உக்கிரமாக வீசும் இந்தப் பயங்கரமான புயலில் எப்படித்தான் அவளை வெளியே கூட்டிக்கொண்டு போகமுடியும்? புயலில் சரிந்துபோய் நிற்கும் அந்த மால் எந்த நிமிடமும் விழுந்து விடக்கூடும் என்றெல்லாம் சிந்தித்த சுந்தரம், இந்தச் சின்னக் குடிசையைவிடப் பாதுகாப்பான இடம் வேறேதுமில்லை என்பதை உணர்ந்து கொண்டான். எனவே தந்த மனவெழுச்சிகளை ஓரளவு அடக்கிக்கொண்டு, 'பதஞ்சலி! நீ அந்த மூலையிலை போய் படு! நான் இந்தப் பக்கத்திலை படுக்கிறன்!' என்று கூறியபோது, பதஞ்சலி தனது பாயில் போய்ப் படுத்துக் கொண்டாள்.

வெளியே புயல் தொடர்ந்து வீசிக் கொண்டிருந்தது. ஒருசமயம் சோவென்று மெல்லிய இரைச்சலுடனும், மறுகணம் காதைச் செவிடாக்கும் பயங்கர ஒலியுடனும் மாறி மாறிக் காற்றுச் சுழன்று சுழன்று அடித்தது.

குடிசையின் இன்னோர் மூலையில் படுத்திருந்த சுந்தரலிங்கத்தின் உள்ளத்திலும் புயல் வீசியது. பொல்லாத மென்மை உணர்வுகள் ஒருசமயம் புயலைப்போல் கிளர்ந்து எழுந்து அலைக்கழிப்பதும், மறுசமயம் அடங்கிப் போவதுமாக இருந்தன. அவன் பதஞ்சலி படுத்திருந்த பக்கம் திரும்பாமல் கண்களை இறுக மூடிக்கொண்டு படுத்துக் கொண்டான்.

உணர்வுகளுடன் போராடிக் கொண்டு மெல்ல அயர்ந்துகொண்டு போகும் சமயத்தில் உக்கிரமாக வீசிய புயற்காற்று, குடிசையின் கூரையிலிருந்து ஒரு பகுதியைப் பிய்த்துக் கொண்டு போயிற்று. அந்தத் துவாரத்தின் ஊடாக உள்ளே நுழைந்து சுழன்றடித்த காற்றில் அரிக்கன் லாம்பு திடீரென அணைந்தது. கண்களைக் குருடாக்கி விடும்போல் பளிச்சென்று ஒளிவீசிய ஒரு மின்னலைத் தொடர்ந்து காதைக் கிழிக்கும் ஓசையுடன் அண்மையில் எங்கோ இடி விழுந்தது.

இடியோசை கேட்டுத் துணுக்குற்று விழித்துக்கொண்டு பதஞ்சலி, விளக்கு அணைந்து இருள் சூழ்ந்திருந்ததால்

திகிலடைந்தவளாய், வீரிட்டு அலறிக்கொண்டு ஓடிச்சென்று சுந்தரத்தின் மேலே விழுந்து அவனை இறுகப் பற்றிக்கொண்டாள். பிய்ந்துபோன கூரையின் வழியாகச் சீறிக்கொண்டு நுழைந்த சூறாவளியின் பேய்க்கூச்சலும், இடிமுழக்கத்தின் அதிர்வேட்டும் அவளைப் பயத்தால் நடுங்கச் செய்தன. அவள் சுந்தரத்தை இன்னும் இறுக்கமாகக் கட்டிக்கொண்டாள்.

இதுவரையும் சுந்தரலிங்கம் எந்த உணர்வுகளை மறக்கவும், மறைக்கவும் முயற்சி செய்து கொண்டிருந்தானோ அந்த உணர்ச்சிகள் எல்லாம் பதஞ்சலியின் நெருக்கமான அணைப்பிலே கட்டவிழ்த்துக் கொண்டு கிளம்பிவிட்டன. சட்டை மேலே அணியாத மார்புக்குக் குறுக்கே சேலைமட்டும் கட்டியிருந்த அவளுடைய வழவழப்பான தோள்களும், அங்கங்களும் அவனுடைய மேனியில்; நெருக்கமாக இணைந்தபோது, அவன் தன்னை ஒருகணம் மறந்தே போனான். உள்ளத்தின் விழைவை இதுவரை கட்டுப்படுத்தியிருந்தவன், இப்போது தனது உடலின் விழைவைக் கட்டுப்படுத்த முடியாமல் தவித்தான்.

அந்தக் கொடிய இரவிலே, நடுங்கும் தன் கைகளால் பதஞ்சலியைத் தன்னுடன் கூடச் சேர்த்து அணைத்துக் கொண்டபோது அவன் இந்த உலகத்தை மறந்தான். அங்கு உக்கிரமாக வீசிக்கொண்டிருக்கும் புயலை மறந்தான். தான் யார் என்பதை மறந்தான். பதஞ்சலி யாரென்பதையும் அறவே மறந்து போனான். காலங்காலமாகப் பிறவிகள்தோறும் தன்னைத் தொட்டும், தொடர்ந்தும் வந்த அதே பதஞ்சலிதான் தன்னுடனே சங்கமித்து விட்டாள் என்று அவனுடைய இதயம் சொல்லிக் கொண்டது. 'இவள் என்னுடைய பதஞ்சலிதான்!' என்று அவனுடைய வாய் முணுமுணுத்தது. அவளைத் தன்னுடன் இறுக அணைத்துக் கொண்டான் சுந்தரம்.

பதஞ்சலியின் நிலையோ வேறு. பயத்தின் காரணமாகவே அவள் ஓடிச்சென்று சுந்தரத்தைக் கட்டிக்கொண்டாள். கரைகடந்த துயரம் அல்லது உள்ளத்தைக் கலங்கச் செய்யும் பீதி என்பவை ஏற்படும்போது அவளுக்கு யாருடனாவது

ஒண்டிக் கொண்டால்தான் நிம்மதியாக இருக்கும். அந்த உணர்வின் உந்துதலால்தான் அவள் குழந்தை மனதோடு விகற்பமின்றிச் சுந்தரத்திடம் போய் அணைந்து கொண்டாள்.

ஆனால் அந்த இருளிலே சுந்தரம் தன்னைச் சேர்த்து இறுக அணைத்தபோது, அந்த அணைப்பையும், அதன் தீவிரத்தையும் அவள் இனம் கண்டுகொண்டாள். அந்தக் கணத்திலேயே அவள் இதுவரை அறியாத ஒரு உண்மையையும் புரிந்து கொண்டாள். அவன் யாரை விரும்புகின்றான்.. அவன் விழிகளிலே தான் இதுவரை காலமும் அடிக்கடி கண்ட அந்தப் பார்வை.. என்பவையெல்லாம் அவளுக்குச் சட்டென்று வெளிப்படையாகப் புலனாகியது. இருப்பினும் அவளால் அந்த அணைப்பிலிருந்து தன்னைச் சட்டென்று விடுவித்துக் கொள்ள முடியவில்லை. அவளுக்கு என்ன செய்வதென்றே தெரியாத ஒரு தவிப்பு! அந்தத் தவிப்பைத் தொடர்ந்து அவள் மேற்கொண்டு எதையுமே தீர்க்கமாகச் சிந்திக்க முடியாமல்; அப்படியே சோர்ந்துபோய் நின்றுவிட்ட வேளையில்..

இதுவரை தான் படித்த புத்தகங்கள் மூலம் இடையிடை தான் கண்டுணர்ந்த அந்தப் புதிய உலகத்தின் வாசல்கள் மீண்டும் திறப்பது போலவும், அந்தப் புதிய வாசல்களின் படிகளில் தான் ஒவ்வொன்றாய் ஏறியேறி மேலே வெகு உயரத்துக்குப் போவது போலவும் அவளுக்குத் தோன்றியது. வெளியே வீசும் கொடிய புயலின் ஓலம் அவளுக்கு எங்கோ வெகு தொலைவில் கேட்பது போலிருந்தது.. ஒரே இரைச்சல்.. ஒரே மயக்கம்.. அவள் தனக்கே உரித்தான சிறிய வாழ்க்கை வட்டத்தைவிட்டு விலகி, வெகுதூரம் பறந்து கொண்டிருந்தாள். ஏன், எதற்காகத் தான் இப்படிப் பறக்கின்றேன் என்பவற்றையெல்லாம் அவள் சிந்திக்கவேயில்லை. பறப்பதிலே ஒரு சுகம்! ஒரு இன்பம்! அவள் தன்னை மறந்து பறப்பதற்காகவே பறந்து கொண்டிருந்தாள்.

40

இரவு மூன்றுமணி போல் கொண்டல் காற்று எழுந்து வீசி கச்சான் காற்றை அடக்கிய பின்னர் புயல் ஓய்ந்தது. அந்தக் கொடிய சூறாவளி அந்த இரவிற்குள் தண்ணிமுறிப்புப் பிரதேசத்தை அடியோடு கலக்கிச் சிதைத்திருந்தது.

வெளியே வீசிய புயல் அடங்கிய வேளையில்தான் உள்ளத்திலேயும், உடலிலேயும் கொந்தளித்துக் குமுறிய புயல் அடங்கியவனாய் சுந்தரம் சுயநினைவுக்குத் திரும்பினான். எங்கையோ தொலைவில் வானவெளியில் இதுவரை சஞ்சரித்தவன், திடீரெனப் பூமிக்குத் தூக்கி எறியப்பட்டவன் போல திகைத்துப் போனான். எது நடக்காது, நடக்கக்கூடாது என்று எண்ணியிருந்தானோ அது உண்மையிலேயே நடந்து விட்டிருந்தது. இந்த உண்மையை உணர்ந்தபோது அவனுடைய இதயம் வெடித்துவிடும் போலிருந்தது. நித்திரை மயக்கத்திலிருந்த பதஞ்சலியின் கரங்களிலிருந்து தன்னை மெல்ல விடுவித்துக் கொண்டு, அவன் குடிசையைவிட்டு திரும்பிப் பார்க்காமலே ஒரே ஓட்டமாக ஓடி, அந்த இருளுக்குள் சென்று மறைந்தான்.

காட்டிலே தன்னந்தனியனாக பாலைமரக் கொட்டுக்குள் புயல் அடங்கும்வரை பதுங்கியிருந்த கதிராமன், புயலின் கோரத்தைக் கண்டு திகைத்துப் போனான். இரவெல்லாம் பதஞ்சலி என்ன செய்திருப்பாளோ என்றெண்ணி ஏங்கியவன், தங்களின் குடிசைக்கு மேலே விழக்கூடிய மரம் எதுவுமில்லை என்பதை நினைத்து ஆறுதல்பட்டுக் கொண்டான். விடியும் வேளையில் புயல் அடங்கியதுமே வீட்டை நோக்கிப் புறப்பட்டான். வழியெங்குமே மரங்கள் முறிந்து, காடே சிதைக்கப் பட்டிருந்ததால் அவனால் வழக்கம் போல வேகமாகச் செல்ல முடியவில்லை. தண்ணிமுறிப்பை அவன் அடைந்தபோது, பொழுது நன்றாக விடிந்து விட்டிருந்தது.

பகலின் ஒளியில்தான் புயலின் விளைவுகள் தெளிவாகத் தெரிந்தன. மரங்கள் முறிந்து மொட்டையாக நின்றன.

வழியெங்கும் காட்டுக் கோழிகளும், வேறு பறவைகளும் சிறகொடிந்து இறந்து கிடந்தன. அவற்றைப் பார்த்தவாறே கதிராமன் சென்று கொண்டிருக்கையில், சுந்தரலிங்கம் அவசரமாகத் தன்னுடைய பெட்டியையும் எடுத்துக் கொண்டு பாடசாலை வளவுக்குள்ளிருந்து வெளியே வந்து கொண்டிருந்தான்.

கதிராமன் அவனைக் கண்டதுமே,'வாத்தியார்! பாத்தியளே சூறாவளியை! எவ்வளவு மோசமாய் எல்லாத்தையும் நாசமாக்கிப் போட்டுது!' என்று கூற, சுந்தரம், 'ஓம்! எல்லாம் நாசமாக்கித்தான் போட்டுது!' என்று ஏதோ நினைத்தவனாய் பதிலளித்தான். அவனுக்குக் கதிராமனுடைய முகத்தை நிமிர்ந்து பார்க்கவே தைரியம் வரவில்லை.

சுந்தரத்தின் கையில் பெட்டியைக் கண்ட கதிராமன், 'என்ன வாத்தியார்? வீட்டை போறியளோ?' என்று கேட்டான். அதற்கு சுந்தரம், 'ஓம்! அங்கை தண்ணியுத்திலை என்ன பாடோ தெரியேல்லை!' என்று சுரத்தில்லாமல் பதிலளிக்க, 'சரி வாத்தியார் நடவுங்கோ! உங்கை பதஞ்சலி என்ன செய்தாளோ தெரியேல்லை!' என்று கூறிவிட்டு வேகமாகத் தன்னுடைய வளவை நோக்கி நடந்தான்.

வழியெல்லாம் மரங்கள் முறிந்துபோய்க் கிடந்தன. சிதைக்கப்பட்டுக் கிடந்த வளவை அவன் சென்றடைந்த போது பதஞ்சலியை வெளியே காணவில்லை. அவன் குடிசையின் படலையைத் திறந்துகொண்டு உள்ளே சென்றான். அங்கே ஒரு மூலையில் படுத்திருந்த பதஞ்சலி, கதிராமனைக் கண்டதுமே ஓடிவந்து அவனைக் கட்டிக்கொண்டு கதறியழத் தொடங்கிவிட்டாள். 'என்ன பதஞ்சலி! நல்லாய் பயந்து போனியே?' என்று அவன் ஆதரவாக அவளைத் தன்னுடன் சேர்த்து அணைத்துக் கொண்டு, அவளுடைய முதுகை வருடியபோது, பதஞ்சலி எதற்காகவோ கதறிக் கதறியழுதாள். 'ஏன் என்னை விட்டிட்டுப் போனனீங்கள்?' என்று மீண்டும் மீண்டும் கேட்டு அரற்றிக்கொண்டே அழுத அவளை அணைத்திருந்த கதிராமன், 'நான் இனிமேல் உன்னை ஒருநாளும் விட்டிட்டுப் போகமாட்டன்!' என்று அன்புடன்

கூறியபோது, அவள் அவனைத் தன்னுடன் சேர்த்து இறுகக் கட்டிக்கொண்டாள். அந்த வேளையிலே, தான் எவ்வளவு தூரம் கதிராமனைக் காதலிக்கின்றாள் என்பதைப் பதஞ்சலி தீர்க்கமாகப் புரிந்து கொண்டாள்.

இவ்வளவு காலமும் கள்ளமில்லாத உள்ளத்துடன் குழந்தையாகத் திரிந்த பதஞ்சலிக்கு இன்று எல்லாமுமே புரிந்து விட்டிருந்தது. சுவைக்கக் கூடாதென்ற கனியை உண்ட ஆதாமுக்கும் ஏவாளுக்கும் ஏற்பட்ட கதி இன்று பதஞ்சலிக்கும் நிகழ்ந்துவிட்டது. கற்பு என்றால் என்ன? தொட்டுப் பழகினால் என்ன? எல்லாப் பெண்களுக்கும் கற்பென்ற ஒன்று இருக்க வேண்டுமா? என்றெல்லாம் அன்று கேட்ட பதஞ்சலிக்கு, இன்று இந்தப் பயங்கரப் புயல் வீசிய இரவின் பின்னர் எல்லா வினாக்களுக்குமே விடை தெளிவாகத் தெரிந்துவிட்டது. தொட்டுப் பார்த்துச் சுட்டுக்கொண்ட குழந்தையொன்று, நெருப்புச் சுடும் என்று அனுபவப்பட்டுக் கொள்வதுபோல் அவளும் தன்னைச் சுட்டுக்கொண்ட பின்னர்தான் அந்தக் கேள்விகளுக்கான பதிலைப் புரிந்து கொண்டாள். இப்போ அந்த விடைகள் தனக்குத் தெரிந்துவிட்டனவே என்று அவள் குமுறியழுதாள். கதிராமன் எவ்வளவோ சொல்லித் தேற்றிய பின்தான் அவளுடைய அழுகை ஒருவாறு அடங்கியது.

அதற்குமேல் அழுவதற்கு அவளால் முடியவில்லை. ஆனால் அதன்பின் பதஞ்சலி குழந்தையுள்ளத்தோடு சிரிக்கவும் மறந்து போனாள்.

41

மாதமொன்று கழிந்தது. புயலின் அழிவுச் சின்னங்கள் இன்றும் மொட்டை மரங்களாக நின்றன. குசினிக்குள் அமர்ந்திருந்த பதஞ்சலி சுற்றாடலை வெறித்து நோக்கிக் கொண்டிருந்தாள். அவள் இதற்கு முதல் ஒருபோதும் இப்படிச் சோம்பியிருந்தது கிடையாது. இப்பொழுதெல்லாம் குதூகலமும் உற்சாகமும் அவளைவிட்டுப் பிரிந்து சென்றுவிட்டன. உல்லாசமாகப் பறக்கும் நிலக்கிளிகளைப் போன்று முன்னர் அவள் தனது சின்னக் குடிசையையும், கதிராமனையும் சுற்றிவந்த அவள், தன்னுடைய அந்தச் சின்ன வாழ்க்கை வட்டத்தைவிட்டு விலகி வெளியே வெகுதூரம் பறந்தபோது கொடியதொரு புயலில் சிக்கி இறகொடிந்து போனவளாய் விழுந்து போனாள்.

அவ்வளவு தூரம் அவள் மனம் குன்றிப்போனதன் காரணத்தைக் கதிராமன் புரிந்து கொள்ள மாட்டான். பதஞ்சலிக்கு மட்டும் அது நன்றாகவே தெரிந்திருந்தது. அவள் எண்ணம் முழுவதையும் அது ஆக்கிரமித்திருந்தது. அவளின் நினைவுகள் சதா அந்த விசயத்தையே சுற்றிவந்தன. பசுக்கன்றுகளையும், நாய்க் குட்டிகளையும் நாளெல்லாம் கட்டியணைத்துக் கொஞ்சுபவள் இன்று தனது வயிற்றில் உருவாகும் அந்த உயிரை நினைக்கையில் கலங்கிப் போனாள். ஒரு இரவில் தன்னை மறந்திருந்த வேளையில், தன்னைத் தீண்டிய அந்தத் தீ, தன்னைச் சுட்ட அந்த நெருப்பு ஏன் நிரந்தரமாக வயிற்றில் தங்கிவிட வேண்டும்? 'மாதங்கள் பத்தும் அந்த நெருப்பை நான் சுமக்கத்தான் வேண்டுமா? பத்து மாதங்கள் மட்டுமன்று, என்னுடைய வாழ்நாள் முழுவதுமல்லவா அந்த நெருப்பு என்னைச் சுட்டுக்கொண்டே இருக்கப் போகின்றது' என்று மனதுக்குள் பொருமியழுதாள் பதஞ்சலி.

பதஞ்சலி தங்களின் வளவை ஒருமுறை சுற்றிக் கவனித்தாள். சரிந்துவிட்ட மாலைக் கதிராமன் மீண்டும்

சீர் செய்திருந்தான். சிதைந்துவிட்ட தோட்டத்தை ஒருவாறு திருத்தி அமைத்திருந்தான். ஆனால் அவன் எவ்வளவுதான் முயன்ற போதிலும் பதஞ்சலியின் பழைய குதூகலத்தையும், குறும்பையும அவனால் மீண்டும் கொண்டுவர முடியவில்லை.

அவளுடைய மனதின் மாற்றத்தைக் கண்டு கதிராமன் அதிகம் தனது மனதை அலட்டிக் கொள்ளவில்லை. எந்தவித மாற்றமும் இன்றி அவள்மேல் அன்பைச் சொரிந்தான். தொடர்ந்து பல மாதங்கள் மழை இல்லாமல் தண்ணிமுறிப்புப் பிரதேசமே தனது இயற்கை வனப்பையெல்லாம் இழந்துவிட்ட போதும் கதிராமன் மாறவேயில்லை. அமைதியான சுபாவம், எதற்குமே கலங்காத நெஞ்சுறுதி என்பவை அவனைவிட்டு விலகவில்லை. அமைதியான சுபாவம், எதற்குமே கலங்காத நெஞ்சுறுதி என்பவை அவனைவிட்டு விலகவேயில்லை.

இந்நாட்களில் பதஞ்சலியின் உடலில் தாய்மையின் கோலம் வெளிப்படையாகத் தெரிந்தது. கதிராமன் களிப்பில் துள்ளிக் குதித்தான். 'இவ்வளவு நாளும் எனக்கேன் சொல்லேல்லை நீ?' என்று ஆசையுடன் அவளைக் கடிந்து கொண்டான். நாளொரு மேனியும் பொழுதொரு வண்ணமுமாக அவளுடைய உடலிலே ஏற்பட்ட மாற்றங்களைக் கண்டு மகிழ்ந்தான். இரவில் தனிமையில் குடிசையினுள் பதஞ்சலியுடன் இருக்கும்போது அவளுடைய வயிற்றை ஆசையுடன் தடவிப் பார்ப்பான். வயிற்றிலிருக்கும் குழந்தை அங்குமிங்கும் புரள்வது தெரிகையில், 'எனக்குப் பிறக்கப்போவது பொடியன்தான் பதஞ்சலி! இப்பவே பாரன் அவன்ரை துடியாட்டத்தை!' என்று கதிராமன் குதூகலித்துக் கொள்ளும் ஒவ்வொரு சமயமும் பதஞ்சலி தலையைக் குனிந்து கொள்வாள். 'தெய்வமே! இப்படியும் ஒரு வேதனையா? என் வயிற்றிலிருப்பது இவருடைய குழந்தையல்லவே! இன்னொருவன் கொடுத்த நெருப்பல்லவா இது!' என்று அமைதியாக இரத்தக் கண்ணீர் வடிப்பாள் பதஞ்சலி. அந்தக் குழந்தை அசையும் போதெல்லாம் அவளுக்குத் தன் வயிற்றில் தணலைக் கட்டிக் கொண்டிருப்பதைப் போன்று தகிக்கும். தான் படித்த கதையொன்றில் பிரசவத்தின்போது இறந்துவிட்ட பெண்ணொருத்தியைப் பற்றி அடிக்கடி

நினைத்துக் கொள்வாள். அப்படித் தனக்கும் நிகழ்ந்துவிடக் கூடாதா? இந்த நெருப்பைப் பிறப்பித்து, அதனுடைய தகிப்பைத் தன் வாழ்நாளெல்லாம் வேதனைப்படுவதைவிட, அது இந்தப் பூமியில் விழும்போதே தன்னையும் ஓரேயடியாகச் சுட்டெரித்து விடக்கூடாதா என்றெல்லாம் ஏங்கினாள் பதஞ்சலி. பேறுகாலம் நெருங்கி வர இன்னுமின்னும் மனங் குன்றியவளாய் பதஞ்சலி ஒடுங்கிப் போனாள்.

கதிராமனோ அவளுடைய பிரசவத்துக்குத் தேவையான பொருட்களையெல்லாம் தானே ஆர்வத்தோடு சேகரித்து வைத்துக் கொண்டான். தேனுக்காகக் காடெல்லாம் அலைந்தான். கடந்த ஏழெட்டு மாதங்களாகவே அவனுடைய கண்ணில் ஒரு தேன்குடியாவது தட்டுப்படவில்லை. புயலின் பின்னர் தேனீக்களெல்லாம் அந்தப் பிரதேசத்தைவிட்டு அகன்று எங்கோ சென்றுவிட்டன. காட்டிலே தேனுக்குச் சென்று திரும்பும் கதிராமன், ‘ஒரு தேன்குடியும் காட்டிலை இல்லை பதஞ்சலி! பூக்கள் உள்ள இடத்திலைதான் தேன்பூச்சி இருக்கும்! இப்ப ஓரேயடியாய் அதுகள் இல்லாமல் போனபடியால் இனிமேல் இந்தக் காடுகளில் பூக்கள் இருக்காது. மழை பெய்தால்தானே காட்டு மரங்கள் பூக்கும்!’ என்று விரக்தியுடன் பேசிக்கொள்வான்.

42

பதஞ்சலிக்கு இப்போ ஆறுமாதம்! வைகாசி மாதத்துச் சோளகக் காற்று நீர்நிலைகளையும், பயிர்பச்சைகளையும் வரட்டி எடுத்திருந்தது. சென்ற வருடமே மழை அதிகம் பெய்யவில்லை. கடந்த கார்த்திகையில் சூறாவளியோடு வந்த சிறுமழை எந்த மூலைக்குப் போதும்? அதன் பின்னர் அந்தப் பிரதேசத்தில் ஒருதுளி மழைகூட விழவில்லை!

மரங்களிலெல்லாம் இலைகளில்லை. பட்டுப்போன கிளைகள் வானத்தைச் சுட்டிக்காட்டி நின்றன. தொடர்ந்து எறித்த உக்கரமான வெய்யிலின் கானல், பசுமையை உறிஞ்சிக் குடித்துவிட்டுத் தாகம் அடங்காமல் பிசாசுபோல் அந்தப் பிரதேசமெங்கும் அலைந்தது. குளத்தில் நீர் வற்றித் தரை பாளம் பாளமாய் வெடித்துக் கிடந்தது. நீருக்கு ஆசைப்பட்டுக் காட்டு விலங்குகள் எல்லாம் போட்டி போட்டுக்கொண்டு ஓடிவந்தன. காட்டு மடுக்களையெல்லாம் உறிஞ்சி இழுத்தும் விடாய் அடங்காத யானைகள் குளத்தருகுக் காட்டிலேயே நிரந்தரமாகத் தங்கிவிட்டன. காய்ந்து சருகான இலைகளின் ஊடாகக் காற்று இரவில் ஊளையிடும்போது யானைகள் கோடையின் வெம்மை தாங்காது பிளிறின. மான்களும், மரைகளும் பஞ்சடைந்த விழிகளுடனும், பயிர் பச்சையைக் காணாத பசியுடனும் வந்து குளத்தின் நடுவே எஞ்சியிருக்கும் நீருடன் சேற்றையும் உறிஞ்சிக் குடித்தன. குரங்குகள் தமது குட்டிகளை மார்புடன் அணைத்தவாறே ஏக்கத்தோடு குளக்கட்டிலே ஆங்காங்கு குந்திக் கொண்டிருந்தன.

திரும்பிய திசையெல்லாம் ஒரே வரட்சி! ஏன்தான் பருவமழை ஒரு வருடத்துக்கு மேலாகியும் பெய்யவில்லை? இனிமேல் மழையே பெய்யாதா? கருகிப்போய்க் கிடக்கும் இந்தப் புற்களும், கொடிகளும் மீண்டும் பசுமையைப் பெறமுடியாதா? இலைகளை உதிர்த்து நிற்கும் மரங்களும் செடிகளும் மீண்டும் துளிர்க்காதா? என்ற கேள்விகளெல்லாம்

பதஞ்சலியின் நெஞ்சில் எழுந்தபோது, அவள் மனதில் என்றோ படித்த ஒரு சில வாசகங்கள் மின்னல் கீற்றுப்போல பளிச்சென்று தோன்றி மறைந்தன.

‘மங்கையர் கற்பை இழந்தால் மழை பொய்க்கும் — வளம் குன்றும்!’

இந்த வசனங்களை அவள் மீண்டும் நினைத்துப் பார்க்கையில், அவளுடைய மனம் என்னும் பொய்கையில் சிறியதொரு கல்லாக விழுந்து மெல்லிய சலனங்களை ஏற்படுத்திக் கொண்டு, அவளுடைய அடிமனதின் அந்தரங்கங்களிலே தங்கிவிட்ட அந்த ‘கற்பு’ என்ற சொல் இப்போது அவளுடைய நெஞ்சில் முள்ளாக உறுத்தியது. அன்று மனதின் ஆழத்திலே தங்கிவிட்ட அந்தச் சிறிய கல்லின்மேல் புத்தகங்கள் மூலமாக அவள் அறிய நேர்ந்த உலகத்துக் குப்பைகளும், அழுக்கும் சுற்றிப் படர்ந்து கொண்டதால் அது அவளுடைய நெஞ்சை நிறைத்துக் குமட்டியது! அந்த வேதனையிலும், அருவருப்பிலும், ‘இனிமேல் மழையே பெய்யாது!.. மரங்கள் துளிர்க்காது!.. பாவத்தின் பாரத்தைச் சுமந்து நிற்கும் நானொருத்தி இந்த உலகத்தில் இருக்குமட்டும் வரட்சி நீங்காது! கோடை முடியாது!’ என்றெண்ணிக் கண்ணீர் பெருக்கிக் கொண்டாள் பதஞ்சலி.

43

காய்ந்துபோன தனது வளவுக்குள், மனதில் வரட்சி நிறையப் பிரமை பிடித்தவராய் அமர்ந்திருந்தார் மலையர். வேளாண்மையில் ஒரு சதமேனும் மிஞ்சவில்லை. எருதுகளையும், வண்டிலையும், எஞ்சியிருந்த மாடுகளையும் விற்றுப் பணமாக்கியபோதும், மலையாக வளர்ந்திருந்த கடனில் ஒரு பகுதியைத்தானும் அவரால் தீர்க்கமுடியவில்லை.

போதாதற்கு அவர் கேள்விப்பட்ட அந்தச் செய்தி! அவருடைய பழைய உழவு இயந்திரத்தின் 'பெயரிங்' உடைந்துவிட்டது. ஒரு வாரத்துக்கு முன்னர் வீட்டிலிருந்த கொஞ்சப் பணத்தையும் எடுத்துக் கொண்டு மெசினைப் பழுதுபார்க்கச் சென்றிருந்த மணியன் திரும்பவேயில்லை. தண்ணிமுறிப்புக்கு வந்த நெடுங்கேணிவாசி ஒருவரிடம் விசாரித்தபோது, மணியன் மெசினை யாருக்கோ விற்றுவிட்டுப் பணத்துடன் ஓடிவிட்டானாம் என்ற செய்தி தெரிய வந்தது. இது அவருடைய மனதைப் பேரிடியாகத் தாக்கியிருந்தது.

முல்லைத்தீவு சின்னத்தம்பியரிடம் அவர் பெற்றிருந்த கடனை அவர் சென்ற ஆவணிக்குள் தீர்த்திருக்க வேண்டும். ஆவணி போய் புரட்டாதியும் வந்துவிட்டது.

மணியன் உழவு இயந்திரத்தை விற்றுவிட்டுப் பணத்துடன் ஓடிவிட்டான் என்ற செய்தியைக் கேட்டபின் மலையர் யாருடனும் பேசுவதைக் குறைத்துக் கொண்டார். பித்துப் பிடித்தவர்போல் குளக்கட்டைப் பார்த்தவாறே சதா உட்கார்ந்திருப்பார். அவருக்கு எவ்வாறு ஆறுதல் கூறுவதென்று பாலியாருக்குப் புரியவில்லை. அவளுக்கு இந்தக் கடன் காரியங்கள், மிசின் விசயங்கள் ஒன்றுமே விளங்குவதில்லை. வீட்டு வேலைகளைச் செய்வாள். அந்த வேலைகள் இல்லாத சமயங்களில் கதிராமனை நினைத்துக் கொண்டு கண்ணீர் விடுவாள். இவற்றைத் தவிர அவள் வேறு எதுவுமே செய்வதில்லை. வெறும் நடைப்பிணமாக வாழ்ந்து கொண்டிருந்தாள்.

சிந்தனையில் ஆழ்ந்தபடி முற்றத்திலிருந்த மலையர், வளவுக்கு முன்னால் ஒரு ஜீப் வண்டி வந்து நின்ற சத்தத்தைக் கேட்டு கண்களை இடுக்கிக் கொண்டு பார்த்தார். வண்டியில் வந்தவர்கள் அவருடைய வயலைக் காட்டி எதுவோ பேசிக் கொள்வது கேட்டது. என்ன சங்கதி என்று அறிந்து கொள்வதற்காக மலையர் எழுந்து படலையடிக்குச் சென்றார்.

தன்னை நோக்கி வருபவரை யாரெனக் கண்டுகொண்டார் மலையர். முல்லைத்தீவு செந்திப்போல் சம்மாட்டியாரை அந்தப் பகுதியிலேயே தெரியாதவர்கள் இருக்க முடியாது. முல்லைத்தீவுக் கடற்கரையிலே மிகவும் செல்வந்தர் அவர்தான். அவரிடம் பல கரைவலைகளும், வள்ளங்களும், வாகனங்களும் உண்டு. சம்மாட்டியார் ஏன் இங்கே வந்தவர் என மலையர் யோசித்தபோது, 'நீங்கள்தானே கோணாமலையர்?' என்று கேட்டார் சம்மாட்டியார். 'ஓம்! என்ன சங்கதி?' என்று வினவிய மலையரைப் பார்த்து, தான் சொல்ல வந்ததைக் கூறச் சற்றுத் தயங்கினார் சம்மாட்டியார். அவருடைய தயக்கம் மலையருக்குப் புரியவில்லை. 'என்ன சம்மாட்டியார் யோசிக்கிறியள்? சொல்லுங்கோவன்!' என்று மலையர் தூண்டியதும், 'உங்கடை வயல் காணியை நான்தான் சின்னத்தம்பியரிட்டை இப்ப வாங்கியிருக்கிறன்! அதுதான் உங்களிட்டைச் சொல்லிப்போட்டு இந்தமுறை விதைப்பம்!' என்று கூறிய சம்மாட்டியார், மலையரின் முகம் அடைந்த மாற்றத்தைக் கண்டு பயந்து போனார்.

காட்டு வயிரவன் போலக் கறுத்து நெடுத்திருந்த மலையரின் கண்கள் கோவைப் பழங்களாகச் சிவந்துவிட்டன. 'நான் வெட்டின காடு! நான் திருத்தின பூமி! ஆருக்கிடா துணிவிருக்குது என்ரை காணீக்கை இறங்க?' என்ற ஆவேசமான வார்த்தைகள் மலையரின் குமுறும் நெஞ்சினுள் பிறந்து தொண்டை வரை வந்துவிட்டபோது, சம்மட்டியால் தலையில் அடித்ததுபோல மலையருக்குத் தனது நிலமை விளங்கியது. வாய்மட்டும் வந்த அந்த வார்த்தைகள் வெளியே வரவில்லை. அவை அவருடைய நெஞ்சிலிருந்து புறப்பட்ட வேகத்துடனேயே மீண்டும் திரும்பி நெஞ்சுக்குள் அமுங்கிக் கொண்டன. நெஞ்சைக் கையால் அழுத்திப் பிடித்தபடியே திகைத்துப்போய் நின்றார் மலையர்.

சின்னத்தம்பியர் மிகவும் கண்டிப்பான பேர்வழிதான். ஆனால் தனக்கு இப்படிச் செய்வாரென மலையர் சிறிதும் எதிர்பார்க்கவில்லை. ஒருதடவை முல்லைத்தீவுக்குச் சென்று அவருடன் பேசி அடுத்த வருடத்திலாவது கடனைத் திருப்பி விடுகிறேன் என்று தவணை கேட்கவேண்டுமென எண்ணியிருந்த மலையருக்கு சின்னத்தம்பியர் வயலை விற்றுவிட்டார் என்ற செய்தி இதயத்தில் பேரிடியாக இறங்கிது. நாணலைப் போல வளைந்து கொடுக்காமல் கருங்காலி மரத்தைப்போல உறுதியாக நிமிர்ந்து நின்றே இதுவரை வாழ்ந்திருந்த மலையர், இன்றும் வளைந்து கொடுக்காது நெஞ்சை நிமிர்த்தி இந்தச் செய்தியைத் தாங்கிக்கொள்ள முயன்றபோது அது அவரால் முடியவில்லை. கடந்த இரு ஆண்டுகளில் அவர் மனதில் பல அடிகள் விழுந்து அவரைப் பலவீனப்படுத்தியிருந்தன. இறுதியாக விழுந்த இந்த அடியையும் தாங்கிக்கொள்ள முயல்கையில் அவர் படீரென முறிந்து போனார்.

படலையைப் பிடித்துக்கொண்டு திகைத்துப்போய் நின்ற மலையரின் முகத்தில் முதலில் தோன்றிய சினத்தையும் பின் அது பொக்கென்று அடங்கி வேதனையாக மாறியதையும் கவனித்த செந்திப்போல் சம்மாட்டியருக்கு மலையரைப் பார்க்கையில் மிகவும் பரிதாபமாக இருந்தது. 'நான் என்னத்தை மலையர் செய்யிறது!..' என அவர் ஆறுதல் கூற முற்பட்டபோதுகூட, மலையர் அதைக் கவனிக்கவில்லை. 'உங்களிட்டை ஒருகதை சொல்லிப்போட்டு வயலை இந்தமுறை செய்வம்..' என்று மீண்டும் சம்மாட்டியார் கூறியபோதுதான் மலையர், 'அது சரி சம்மாட்டியார்!.. எல்லாம் என்ரை விதி!' என்று மெல்லக் கூறிவிட்டுத் திரும்பிப்போய் வீட்டுத் திண்ணையில் படுத்துக் கொண்டார். சற்றுநேரம் படலையடியில் நின்ற செந்திப்போல் சம்மாட்டியார் திரும்பிச் சென்று தனது ஜீப் வண்டியில் ஏறிக்கொண்டார். செம்மண் படலத்தைக் கிளப்பியவாறே ஜீப் விரைந்து சென்று மறைந்தது.

44

புரட்டாதி முடிவதற்குச் சிலநாட்களே இருந்தன. இன்னமும் மழையின் அறிகுறி இல்லை. இதுவரை தொடர்ந்து வீசிய சோளகக் காற்று அன்று வீழ்ந்திருந்தது. வெப்பத்தில் வேகும் அந்தப் பிரதேசமெங்கும் ஒரே அந்தகாரம்.

கொடிய வெம்மையும் அந்தகாரமும் தன் உள்ளத்தில் மட்டுமன்று உடலிலும் ஏற்படுவதை அன்று பகல் முழுவதும் உணர்ந்தாள் பதஞ்சலி. அன்று மாலை குசினிக்குள் எதையோ எடுக்கச் சென்றவள், திடீரென அடிவயிற்றில் ஏற்பட்ட வலியில் துடித்துப் போனாள். வயிற்றில் வளர்ந்த தீ கொழுந்துவிட்டு எரியும் சமயம் வந்துவிட்டது. தான் விரும்பியது போலவே அந்தக் களங்கக் கனல் பிறந்து வெளிவருகையிலேயே தன்னையும் சுட்டெரித்து அழிக்கத்தான் போகிறது. அத்துடன் தான் இதுவரை அனுபவித்த கொடிய வேதனையெல்லாம் அடங்கிப்போகும் என்று எண்ணியவளாய் பதஞ்சலி குடிசைக்குள் போய்ப் படுத்துக் கொண்டாள்.

ஏதோ அலுவலாக வெளியே சென்றிருந்த கதிராமன் திரும்பி வந்தபோது வெளியே பதஞ்சலியைக் காணாதவனாகக் குடிசைக்குள் நுழைந்தபோது, அங்கு அவள் ஒரு பாயில் கிடந்து துடித்துக் கொண்டிருப்பதைக் கண்டான்.

'என்ன பதஞ்சலி!' என்று அவன் விரைந்து அவளருகே சென்று அமர்ந்தான். அவள் அடிவயிற்றைப் பிடித்துக்கொண்டு வேதனையில் சுருண்டாள். விசயத்தைப் புரிந்துகொண்ட அவன், 'ஒண்டுக்கும் பயப்பிடாதையம்மா! எல்லாம் சுகமாய் நடக்கும்! நான் ஓடிப்போய் ஒரு பொம்பிளையைக் கூட்டிக்கொண்டு வாறன்!' என்று கூறி, அவளுடைய கரங்களை ஆதரவாக வருடினான். அவனுடைய விழிகளிலே வழிந்த பாசத்தைக் கண்டு மனங்கசிந்து அழுதாள் பதஞ்சலி. அவனுடைய கரங்களை இறுகப் பற்றியவண்ணமே, 'நீங்கள் என்னை விட்டிட்டு ஒரிடமும் போக வேண்டாம்! இஞ்சை

இதிலை என்னோடையே இருங்கோ!' என்று அழுது கெஞ்சியபோது மறுபடியும் அலையாக உடலில் பரவிய வலியில் துடிதுடித்துப் போனாள். நிச்சயமாகப் பிரசவத்தின்போது தான் இறந்துவிடப் போகின்றேன். இந்த உலகைப் பிரியும் அந்த வேளையிலும் கதிராமனுடைய கரங்களைப் பிடித்துக் கொண்டே உயிரை விடவேண்டும் என்று ஆசைப்பட்டாள் அந்தப் பேதை. மேலும் உதவிக்குப் பெண்கள் யாராவது வந்தால் போகவிருக்கும் என்னுயிரை அவர்கள் தடுத்து நிறுத்தி விடுவார்கள். நான் மேலும் உயிருடன் இருந்து மனங் குமைந்து வேதனைப்பட வேண்டும்! அந்த நிலை எனக்கு வேண்டவே வேண்டாம்! அவருடைய அன்புக் கரங்களின் அணைப்பிலேயே என்னுயிர் பிரியவேண்டும் என்ற தவிப்பில் அவள் மேலும் தீவிரமாகக் கதிராமனுடைய கைகளை இறுகப் பிடித்துக் கொண்டாள்.

அவளுக்கு மறுபடியும் வலி ஏற்பட்டபோது, வெளியே இருள் நன்றாகக் கப்பிக் கொண்டிருந்தது. வேதனை மயக்கத்தில் ஆழ்ந்திருந்த பதஞ்சலியின் பிடியை மிகவும் பிரயத்தனப்பட்டு விலக்கிக்கொண்ட கதிராமன், எழுந்து அரிக்கன் விளக்கைக் குடிசைக்குள் ஏற்றி வைத்துவிட்டு, யாராவது ஒரு பெண்ணைக் கூட்டிக்கொண்டு வரவேண்டுமென்று எண்ணியவாறே குடிசைப் படலையை மெல்லத் திறந்தான்.

பக்கத்துக் காடுகளைத் தழுவிவந்த ஒரு குளிர்காற்று அவனுடைய உடலை வருடிச் சென்றது. கதிராமன் அண்ணாந்து வானத்தைப் பார்த்தான். மேற்கே பரந்துகிடந்த காடுகளின்மேல் கருமேகக் கூட்டங்கள்! மயிலைப் போன்று அவனுடைய உள்ளம் சட்டென்று மகிழ்ந்தது. மறுகணம், 'ஐயோ! என்ரை அம்மா!' என்ற பதஞ்சலியின் வேதனை தோய்ந்த ஓலம் அவனுடைய நெஞ்சில் முள்ளாய் தைத்தது. பாய்ந்து உள்ளே சென்றவனுடைய கைகளை ஆவேசமாக இழுத்துப் பற்றிக்கொண்ட பதஞ்சலி, 'ஐயனாணை என்னை விட்டிட்டுப் போகாதையுங்கோ!' என்று, வலியில் புழுவாக நெளிந்து கொண்டே கெஞ்சினாள். அவளுடைய உடலில் சட்டென எழுந்து, பின் மெல்ல அடங்கிக் கொண்டே போகும்

வலிகளிடையே இருந்த அவகாசம் வரவரக் குறைந்துகொண்டே வந்தது. வெளியே வானத்தில் சூல்கொண்ட மேகங்கள் வேதனையால் முழங்கிக் கொண்டிருந்தன. சில்லென்ற சீதளக் காற்று அந்தப் பிரதேசமெங்கும் வீசியது !

மால் திண்ணையில் படுத்திருந்த மலையர், தன் நெஞ்சை அழுத்திப் பிடித்துக்கொண்டே, ‘மனுசி ! இஞ்சை ஓடிவா ! எனக்கு நெஞ்சுக்கை ஏதோ செய்யுது !’ என்று வேதனையில் துடித்துக் கொண்டிருந்தார். அவரது குரல் கேட்டுப் பதறிப்போய் ஓடிவந்த பாலியாருக்குத் தேகமெல்லாம் உதறியது. ‘ஆதி ஐயனே !’ என்று அலறியவாறே அவரிடம் ஓடிச் சென்றவள், அவரை மெல்லத் தாங்கிப் பிடித்துக்கொண்டு, ‘என்ன ? உங்களுக்கு என்ன செய்யுது ?’ என்று கலங்கியபோது, ’நெஞ்சுக்கை.. நெஞ்சுக்கை..’ என்று திக்கித் திணறிய மலையர் மூச்செடுக்க முடியாமல் தவித்தார். அவருடைய நெஞ்சைப் பிடித்து நீவிவிட்ட பாலியாரின் கரங்கள் நடுங்கின. குப்பென்று வீசிய குளிர் காற்றில் அவருடைய மெலிந்த உடல் சிலிர்த்தது. கடைக்குட்டி ராசு, ‘அப்புவுக்கு என்னணை ?’ என்று பயந்துபோய்க் கேட்டவனாய் அழத்தொடங்கி விட்டான்.

மேற்கே எழுந்த கருமேகங்கள் தண்ணிமுறிப்பை மூடிவிடுவது போல வானமெங்கும் கவிந்து கொண்டிருந்தன. மந்திகள் கிளைகளின் மேல் பாய்ந்து தனுப்போடும் ஒலியும், தொலைவில் எங்கோ ஒரு மயில் அகவும் ஓசையும் முழக்கத்தின் மத்தியில் கேட்டன.

கதிராமன் குடிசையினுள் பதஞ்சலியின் அருகே இருந்தவாறு தன்னால் ஆனவற்றைச் செய்துகொண்டிருந்தான். இளமையிலிருந்தே எருமைக்கும், பசுவுக்கும் மருத்துவம் பார்த்து எத்தனையோ இளங்கன்றுகளை சுகமாகப் பிரசவிக்கச் செய்தவன், இப்போ பதஞ்சலிக்கும் மருத்துவம் பார்த்துக் கொண்டிருந்தான். ஒரு சிறந்த மருத்துவிச்சிக்கே உரிய அமைதியும், திறமையுங் கொண்ட அவன், கலங்காமல் அவளை நிதானமாகக் கவனித்துக் கொண்டான்.

வேதனையின் உச்சக் கட்டத்தில் உதடுகளை இறுகக் கடித்துக் கொண்டு பதஞ்சலி மெளனமாக வலியைத் தாங்கிக்

கொண்டிருந்தாள். இதோ! அடுத்த நிமிடத்திலேயே தன்னுயிர் போய்விடப் போகின்றது.. அதற்குமுன் எங்கே ஒரு தடவை.. தன்னை முரலிக் காட்டுக்கு அழைத்துச் சென்றவனை.. ஆசையோடு அன்றோரு நாள் தேன் எடுத்துத் தந்தவனை.. இருள் பரவும் வேளையிலே, கற்பூரதீபத்தின் ஒளியிலே, தன் கழுத்தைத் தொட்டுத் தாலி கட்டியவனை.. ஒரு தடவை.. ஓரேயொரு தடவை.. பார்த்துவிட்டால் போதும்! அந்த அன்பு முகத்தையும், பாசந் ததும்பும் விழிகளையும் ஒருமுறை ஆசைதீரப் பார்த்துவிட்டால் போதும் என்று விழிகளைத் திறந்தவள், 'அம்மா!' என வீரிட்டுக் கத்தினாள்.

கருக்கொணடு மேகங்கள் பிரசவித்த மழைத்துளிகள் குடிசைக் கூரையின்மேல் ஒன்றிரண்டாக விழுந்தன. சிறிது நேரத்துக்குள்ளாகவே பேரிரைச்சலுடன் பெருமழை சோனாவாரியாகப் பெய்தது. இத்தனை காலமும் வறண்டுபோய் புழுதி பறக்கக் கிடந்த நிலம் ஆவலுடன் மழைநீரை உறிஞ்சியது. மண் மணத்தது. புதுவெள்ளம் பாய்ந்தது.

புதுமழை பூமியில் விழும் அந்த வேளையில் ஒரு புதுக்குரல், பெருமழையின் இரைச்சலையும் மீறிக்கொண்டு உயிர்த்துடிப்புடன் கூவியது. பச்சை இரத்தம் மணக்கும் அந்தக் குடிசை மண்ணில் ஒரு புத்தம் புதிய முகம்! உயிரொன்று இன்னொன்றைப் பிறப்பித்த வேதனையில் ஓய்ந்துபோய்க் கிடந்தது. மகனைக் கண்ட கதிராமனுடைய முகம் மகிழ்ச்சியால் மலர்ந்தது.

இங்கே தந்தையாகிவிட்டேன் என்று கதிராமனுடைய மனம் பூரிக்கும் அதே வேளையில், அங்கே அவனுடைய தாய் பாலியார் விதவையாகி விட்டேனே என நெஞ்சு வெடிக்கக் கோணாமலையரின் சடலத்தின் மேல் விழுந்து கோவென்று கதறிக் கொண்டிருந்தாள். ராசு தாயைக் கட்டிக்கொண்டு ஓலமிட்டு அழுது கொண்டிருந்தான். இவற்றையெல்லாம் அடக்கிக் கொண்டு, சோவென்ற இரைச்சலுடன் மழை கொட்டிக் கொண்டிருந்தது.

இரவு முழுவதும் பெய்த மழை விடியற்காலையில் ஓய்ந்தபோது, மழையில் ஆசைதீர முழுகிய தண்ணிமுறிப்புக்

காடுகள் சூரியோதயத்தில் சிலிர்த்துக் கொண்டன. குடிசைக்குள் பகலவனின் மங்கலான ஒளி பரவும் அந்த வைகறைப் பொழுதில் இதுவரை மயக்கத்தில் ஆழ்ந்திருந்த பதஞ்சலியின் விழிகள் மெல்லத் திறந்தன. கடந்த பல மாதங்களாக அங்கு நிலவிய வெம்மை, அந்தகாரம் யாவுமே மறைந்து தண்ணென்ற காலைத் தென்றல் அந்தச் சின்னக் குடிசைக்குள் புகுந்து பரவியது. சுய நினைவுக்குத் திரும்பிய பதஞ்சலி வெம்பி வெம்பி அழுதாள். தான் எதிர்பார்த்திருந்த அந்த விடுதலை, நிச்சயமாகக் கிடைத்துவிடுமென்று காத்திருந்த அந்த நிரந்தரமான தூக்கம், கறைகளையெல்லாம் சுட்டெரித்துவிடும் என்று நம்பியிருந்த சாவு.. தனக்குக் கிடைக்கவில்லையே என்று அவள் அழுதாள். தனக்குப் பிறந்த அந்தக் குழந்தையைக்கூடப் பார்க்க விரும்பாது அழுது கொண்டிருந்தாள்.

வெளியே ஏதோ வேலையாக இருந்த கதிராமன் அவளுடைய விம்மல் ஒலியைக் கேட்டுக் குடிசைக்குள் நுழைந்தான். அவனுடைய மகிழ்ச்சி கொப்பளிக்கும் விழிகளைச் சந்திக்க முடியாமல் கண்ணீர் பெருகும் தன் கண்களை மூடிக்கொண்டாள். நெருப்பை விழுங்கி வளர்த்து இன்று அதனைக் கக்கிவிட்டு இன்னமும் செத்துப் போகமலிருக்கும் தனது விதியை நினைத்து நெஞ்சு கொதித்தவளாய் பதஞ்சலி தேம்பிக் கொண்டிருந்த வேளையில், அவள் காதருகே அந்தக் குரல் கேட்டது. தாயின் பாசத்தோடும், தந்தையின் பரிவோடும் அழைக்கும் ஆதரவு ததும்பும் குரல்.. 'பதஞ்சலி! பதஞ்சலி! இஞ்சை கண்ணைத் துறந்து பாரன் உன்ரை மோனை!' அக் குரலின் கனிவு அவளுடைய இதயத்தைக் கசக்கிப் பிழிந்தது. மூடியிருந்த இமைகளின் கீழாகக் கண்ணீர் பெருக்கெடுத்தது. 'ஓம்! என்ரை மோன்தான்!.. ஐயோ! உங்கடை மோன் இல்லையே அவன்!.. உங்கடை சொத்தைப் பெற்றுத் தரவேண்டிய நான்.. எரியிற கொள்ளியை அல்லோ உங்கடை நெஞ்சிலை சொருகியிருக்கிறன்!..' என்று மனதுக்குள் ஓலமிட்டு மௌனமாக அழுதாள். 'பதஞ்சலி! பேந்தும் ஏனம்மா மான்போலை கதறுறாய்? கண்ணைத் துறந்து இவன்ரை வடிவை பாரன்!' என்று கதிராமன் ஆசையோடு

அவளை அழைத்தபோது, 'பழியைச் செய்தனான்.. அதை உத்தரிக்கவும் வேணுந்தானே!' என்று வேதனைப்பட்டவளாய் தனது விழிகளை மெல்லத் திறந்தாள்.

அங்கே கன்னங் கரேலென்று.. தலைகொள்ளாமல் காடாய்க் கிடக்கும் சுருண்ட கூந்தலோடு.. கதிராமனை உரித்துக் கொண்டல்லவா அந்தக் குழந்தை பிறந்திருக்கிறது! பதஞ்சலி திரையாக மூடிய கண்ணீரை இரண்டு கைகளாலும் வழித்து எறிந்துவிட்டு மீண்டும் குழந்தையைப் பார்த்தபோது.. அமைதியாகத் துயிலும் அந்தச் சின்னக் கதிராமனுடைய முகத்தில் கதிராமனுடைய அதே புன்னகை! ஆமாம் சின்னக் கதிராமனேதான்! கதிராமனைப் போலவே கரியமேனி!.. சுருண்ட கேசம்!.. உடல் நோவையும் பொருட்படுத்தாமல் வாரிச் சுருட்டிக்கொண்டு எழுந்த பதஞ்சலி வெறி கொண்டவளைப் போலக் குழந்தையைப் பறித்துத் தன் முகத்தோடும், மார்போடும் அணைத்தவளாய் முத்தமாரி பொழிந்தாள். ஆறாய்ப் பெருகிய ஆனந்தக் கண்ணீரில் நனைந்த சின்னக் கதிராமன் தூக்கம் கலைந்து வீரிட்டு அழுதான்.

அந்தக் குரலைத் தொடர்ந்து இன்னும் ஒரு அழுகுரல் கதிராமனுடைய குடிசை முற்றத்தில் கேட்கவும், அவன் திகைத்துப்போய் வெளியே வந்தான். அங்கு விம்மி வெடித்தவனாய் ராசு நின்றுகொண்டிருந்தான். வெளியே வந்த தமையனைக் கண்டதுமே, 'அப்பு செத்துப்போனார் மூத்தண்ணை!' என்று கூவியழுது கதிராமனுடைய காலடியில் வீழ்ந்தான். அவனை அள்ளியெடுத்துத் தன்னுடன் அணைத்துக் கொண்ட கதிராமன், ஒருகணம் தகப்பன் இறந்த செய்திகேட்டு அதிர்ந்து போனான். குடிசையின் உள்ளே உணர்ச்சிக் கடலாகக் கொந்தளித்த பதஞ்சலியின் காதில் மாமனார் இறந்த செய்தி விழுந்ததும் அவள் அழ ஆரம்பித்துவிட்டாள். சற்று நேரத்திற்குள் தன்னைச் சுதாரித்துக் கொண்ட கதிராமன், 'பதஞ்சலி! இருந்துகொள்!.. நான் வீட்டை போட்டு வாறன்!' என்று கூறிவிட்டு, ராசுவையும் அழைத்துக்கொண்டு தன் தாயிடத்துக்கு ஓடினான்.

45

மலையர் மறைந்து ஒருமாதம் கழிந்துவிட்டது. முப்பத்தோராம் நாள் சடங்குகளுக்காக இதுவரை கதிராமனுடைய குடிசையில் வாழ்ந்த பாலியாரும், ராசுவும், கதிராமன் பதஞ்சலி சகிதம் மீண்டும் தங்கள் வளவுக்கு வந்திருந்தனர்.

மீண்டும் பசுமையுடன் விளங்கிய மலையர் வளவு முற்றத்தில் பேரனை வைத்துக் கொஞ்சிக் கொண்டிருந்தாள் பாலியார். அவளுடைய மனதில் பழைய நினைவுகள் கிளர்ந்தெழுந்து விழிகளைக் கலங்க வைத்தன. அந்தக் குழந்தையின் கரிய நிறத்திலும், சுடர்விடும் கண்களிலும் தன் அருமைக் கணவரை அவள் கண்டாள். அவளுடைய நெஞ்சு தகித்துக் கனிந்தது.. குழந்தை சிரிக்கிறான்.. இல்லை.. மலையரே அவளைப் பார்த்துச் சிரிக்கிறார்..'நான்தான் விசர்த்தனமாக கதிராமனை அண்டாமல் ஒதுக்கி வைச்சிட்டன்.. நான் எண்டைக்கு எனக்கிருந்த மாடுகண்டு, நெல்லுப்புல்லுக் காணாதெண்டு மிசினுக்கும், மெம்பர் வேலைக்கும் ஆசைப்பட்டேனோ.. அண்டைக்கு எங்களைப் புடிச்சிட்டுது சனியன்!.. உன்னை விட்டிட்டு நான் ஒரிடமும் போகமாட்டேன்!.. நான் சாகேல்லை.. நான்தான் இப்ப உன்ரை மடியிலை படுத்திருக்கிறன்!..' பாலியார் உணர்ச்சிவசப்பட்டுக் கண்ணீர் வடித்தவாறே பேரனை முகத்தோடு சேர்த்துக் கொஞ்சினாள்.

வேள்வித் தீயில் வெந்து, புடமிடப்பட்ட தங்கத்தைப் போன்று ஜொலிக்கும் அழகுடன் பதஞ்சலி குடத்தடியில் அமர்ந்து மலையர் வீட்டுக் குத்துவிளக்கை மினுக்கிக் கொண்டிருந்தாள்.

இவ்வளவு காலமும் எரிமலையாயக் குமுறிக் கொந்தளித்த அவளுடைய உள்ளம், பிரசவத்தன்று வெடித்து இதுவரை உள்ளேயிருந்து உறுத்திய குப்பைகளையெல்லாம் வெளியே தள்ளிவிட்டிருந்தது. வெகுகாலமாகச் சீழ்பிடித்துக்

கொதித்துக் கொண்டிருந்த கட்டுப்புண் ஒன்று தானே உடைந்து, உள்ளேயிருந்த அழுக்கையெல்லாம் வெளியேற்றிய பின் ஏற்படும் ஒரு இதமான சுகம் அவளுக்கு இப்போ சொந்தமாகவிருந்தது.

பிரசவப் படுக்கையால் எழுந்தவுடன் அவள் செய்த முதற்காரியம் தனக்கு உலக ரீதியான நாகரிகம், பண்பாடு என்ற பலவற்றைக் கூறிப் பலவீனமடையச் செய்த கதைப் புத்தகங்களை அடுப்பில் போட்டுக் கொளுத்தியதுதான்! அவை கொழுந்துவிட்டு எரிந்து சாம்பராவதற்கு முன்பே அவள் அவற்றையும், அவை தனக்குக் காட்டிய புதிய உலகத்தையும், அதன் புதிய வாசல்களையும் அறவே மறந்து போனாள்.

தேங்காய்ப் பொச்சை வைத்துக்கொண்டு, பழப்புளியும், மண்ணும் சேர்த்து உரஞ்சித் தேய்க்கையில் செழிம்பு பிடித்துக் கிடந்த அந்த குத்துவிளக்கிலுள்ள அழுக்கெல்லாம் இருந்த சுவடுகூடத் தெரியாமல் அகன்றுவிடுகின்றன. தெளிந்த நீரில் அலம்பப்பட்ட அந்தக் குத்துவிளக்கு காலை வெய்யிலில் பளீரென ஒளி வீசுகின்றது. அதை எடுத்துச் சென்று நெய்யிட்டுத் திரியிட்டு மலையர் வீட்டு மாலுக்குள் வைத்து ஒளியேற்றிக் கொண்டிருந்த பதஞ்சலியைப் பார்க்கையில், பாலியார் மனதுக்குள் பலவகை உணர்வுகள் குப்பென்று கிளம்பிக் கண்ணீல் நீரை நிறைக்கின்றன.

விளக்கை ஏற்றிவிட்டுக் கிணற்றடிப் பக்கம் சென்ற பதஞ்சலி ஒரு தடவை எதிரே தெரிந்த குளக்கட்டையும், அதை வளைத்துக் கிடக்கும் இருண்ட காடுகளையும் பார்க்கிறாள். வரண்டுபோய்க் கிடந்த குளத்தில் புதுவெள்ளம் அலை மோதுகின்றது. பட்டுப்போய்விடும் என்ற நிலையிலிருந்த மரஞ்செடிகளெல்லாம் மீண்டும் பசுமையைப் போர்த்தவாறு சிரிக்கின்றன.

மரங்கள் இலைகளை உதிர்க்கின்றன.. மீண்டும் தளிர்ப்பதற்கு!.. மான்மரைகள் கொம்புகளை விழுத்துகின்றன. மறுபடியும் முளைப்பதற்கு. பறவைகள் இறகை உதிர்க்கின்றன.. மீண்டும் புதிய இறகுகள் பெறுவதற்கு!..

அவளுடைய பார்வை தொலைவிலிருந்து மீண்டபோது தனக்கு மிக அருகில் வேலிக் கட்டைகளின் மேல் அமர்ந்திருந்த இரண்டு நிலக்கிளிகளின் மேல் சென்று நிலைத்தது. இளங்காலைப் பொழுதில் மரகதப் பச்சை நிறமான அவற்றின் உடல்கள் அழகாகப் பளபளத்தன. வாலிறகை அடிக்கடி ஆட்டியவாறே ஜீவத்துடிப்புடன் இருந்த அவற்றை 'சூய்!' என்று கைகொட்டிக் கலைத்தபோது அவை உல்லாசமாகப் பறந்தன.

அவள் குதித்துக்கொண்டே வீட்டை நோக்கிக் குதூகலத்துடன் ஓடியபோது, 'என்ன பதஞ்சலி! பச்சை உடம்போடை பாஞ்சு திரியறாய்!' என்று பாசத்துடன் கடிந்து கொண்டாள் பாலியார். தோட்டத்தில் வாழைகளுக்குப் பாத்தி கட்டிக்கொண்டிருந்த கதிராமன், பாலியார் சொன்னதைக் கேட்டு மெல்லச் சிரித்துக் கொண்டான்.

நிலக்கிளிகள் நிலத்தில் வாழ்பவைதான்.

உயரே பறக்க விரும்பாதவைதான்.

இலகுவில் பிறரிடம் அகப்பட்டுக் கொள்பவைதான்

ஆனால் அவை எளிமையானவை! அழகானவை!

தமது சின்னச் சொந்த வாழ்க்கை வட்டத்துள்ளே

உல்லாசமாகச் சிறகடிக்கும் அவற்றின் வாழ்க்கைதான்

எத்தனை இனிமையானது!

● ● ●

Bleeding Hearts, நிலக்கிளி (இரு நாவல்கள்)

பேராசிரியர் செல்வா கனகநாயகம்

இந்த இரண்டு நாவல்களுக்கும் பாலமாக அமைகின்ற உருவகம் அல்லது Literary hope கிராமம். அதாவது கிராமத்தை மையமாகக் கொண்ட நாவல்கள் என்ற ஒருமைப்பாடு இவையிரண்டினையும் இணைக்கின்றன. இந்தக் கிராமம் என்னும் கோட்பாடு அண்மைக் கால வரலாற்றிலே முக்கியத்துவம் வாய்ந்தது. எங்களுக்குக் கிராமங்களோடு உள்ள தொடர்பால் நாங்கள் இந்தப் பின்னணியைப் பற்றி பெரிதாய் சிந்திப்பதில்லை. மனிதர் ஏதோ இடத்தில் வாழத்தானே வேண்டும் என்ற பொதுவான வரைவிலக்கணத்தில் கிராமம் என்றால் என்ன என்று ஆராய்வதில்லை. ஆனால் வரலாற்று ரீதியாக, முக்கியமாக காலனித்துவ ரீதியாக நோக்கும் போது கிராமத்திற்கும், நகரத்திற்கும் இடையில், குறிப்பிடத்தக்க கருத்தியல் வேறுபாடு உள்ளது.

100 வருடங்களுக்கு முன்னர் மகாத்மா காந்தி, தென் ஆப்பிரிக்க வாழ்க்கையின் பின்னர் Hind Swaraj என்ற நூலை எழுதினார். இந்த வருடம் உலகமெங்கும் அந்த நூலினுடைய முக்கியத்துவத்தை எங்கும் பாராட்டி விழாக்கள் நடைபெறுகின்றன. Hind Swaraj இந்தியாவின் விடுதலையை மனதில் வைத்து எழுதப்பட்ட நூல். இதன் அடித்தளமாக அமைவது கிராமம். பிரித்தானிய ஆட்சி நகரத்தை தன்னுடைய சமூக, பொருளாதார அமைப்பிற்கு ஆணிவேராக அமைத்ததோ, அதே போன்று காந்தி விடுதலையின் சின்னமாக கிராமத்தை அமைத்துக் கொண்டார். காந்தியின் கற்பனையில் உருவான கிராமத்திற்கும், அன்று இந்தியாவில் காணப்பட்ட கிராமங்களுக்கும் இடையில் உள்ள தொடர்பு என்ன என்பது ஆராயப்பட வேண்டிய விடயம். சுயஆட்சிக்கும் கிராமத்திற்கும் முடிச்சுப் போடும் வகையில் இந்த நூல் எழுதப்பட்டது. அதாவது இந்தியாவிற்கே உரிய மூலமான அமைப்பு, கிராமம் என்பது அந்த நூலின் அடிப்படையான சிந்தனை.

பிரித்தானிய ஆட்சி இலங்கையில் வேரூன்றியிருந்த போது Leonard Woolf என்னும் ஆங்கில நீதிபதி, The Village in the Jungle என்னும் நாவலை 1915இல் எழுதினார். இங்கு ஒரு வெளிநாட்டு ஆசிரியர் கிராமத்தைப் பற்றி ஆழமான அறிவோடும் உணர்ச்சிபூர்வமான பிணைப்போடும் எழுதுவதைக் காணலாம். எவ்வளவு நுட்பமாக இந்த நாவல் எழுதப்பட்டாலும் இறுதியில் கிராமம் அழிந்து போகின்றது. கிராமத்தில் வாழும் மக்கள் நகரத்திற்கும், சூழ்ந்து நிற்கும் காட்டிற்கும் பலியாகி விடுகின்றார்கள். காலனித்துவ ஆசிரியரின் கற்பனையில் bad-degama என்னும் கிராமம் சிதைந்து போகின்றது. காந்தியின் கிராமம் மிகைப்படுத்தப்பட்டது. அதை utopia என்று கூறலாம். Leanard woolf இன் கிராமம் கடுமையானது.இவையிரண்டுமே உண்மையைப் பிரதிபலிக்காமல் இருக்கலாம். ஆனால் இவற்றின் பின்னணியில் பாலமனோகரனின் நாவல்களை அணுகுவது பயனுள்ளதாக இருக்கும்.

1960ம், 70ம் ஆண்டுகளில் கிராமத்தை அளவுகோலாக வைக்கும் நாவல்கள், சிறுகதைகளில் நிலக்கிளியை முக்கியமான பங்களிப்பாகக் கருதலாம். வன்னிப்பிரதேசத்தைப் பற்றி, தண்ணீரூற்று கிராமத்தைப்பற்றி முதற் தடவையாக எழுதப்பட்ட நூல் என்ற பெருமையும் இந்த நூலுக்கு உண்டு. அதற்கு மேலாகக் கிராமம் என்னும் கோட்பாட்டில் உள்ள ஆழமான நம்பிக்கையில் உருவான நாவல் என்று இதைக் கூறலாம். 'நிலக்கிளி'யின் அமைப்பில் மூன்று வளையங்கள் செயற்படுகின்றன. நடுவில் ஒரு கிராமம். அதன் எல்லையில் காடு. அதற்கப்பால் நகரம். காடு கொடுமையானது. கரடிகளையும், விலங்குகளையும் உள்ளடக்கியது. ஆனால் இந்தச் சூழலில் கபடம் இல்லை. காட்டில் தப்பி வாழ்வதற்குரிய ஒழுக்கவியலுடன் இயங்கும் இடம் இது.

நகரமோ, நாகரீகம் என்னும் பெயரில் பல குறைபாடுகளைக் கொண்டது. அதனுடைய கல்வியும், பணம் சேர்க்கும் தாகமும், பொருளாதார நோக்கும் அதன் மனிதத்தன்மையை மாற்றியமைக்கின்றது. இவற்றிற்கு கிராமம் பளிச்சென்று தென்படுகின்றது. இந்த உலகில் நகரத்தின் செல்வாக்கு ஊடுருவிச் செல்லலாம். அதனால் கிராமத்தின் பிரதிநிதிகள் பாதிக்கப்படலாம். ஆனால் இறுதியில் கிராமம் மாசில்லாமல் வெள்ளை மனமாக

மாறிவிடுகின்றது. ஆசிரியரின் வார்த்தையில் 'நிலக்கிளி' நிலத்தில் வாழ்பவைதான். உயரே பறக்க விரும்பாதவைதான். இலகுவில் பிறரிடம் அகப்பட்டுக் கொள்பவைதான். ஆனால் எளிமையானவை! அழகானவை! தம் சின்னச் சொந்த வாழ்க்கை வட்டத்துள்ளே உல்லாசமாகச் சிறகடிக்கும் அவற்றின் வாழ்க்கைதான் எவ்வளவு இனிமையானது.

இந்த நாவலின் அமைப்பிற்கும், அன்று நிலவிய சமுதாய சூழலுக்கும் இடையில் உள்ள தொடர்பு நுட்பமானது. எதற்காக ஆசிரியர் இயற்கை வர்ணனையில் யதார்த்தத்தையும், கதாபாத்திரங்களில் ஒருவகையான இலட்சியவாதத்தையும் கையாள்கிறார் என்பது ஆராயப்பட வேண்டிய விடயம். நிலக்கிளியின் அதே சூழலுக்கு 35 ஆண்டுகளின் பின்னர் Bleeding Hearts செல்கிறது. அதே காலப்பிரிவை மீண்டும் எடுத்துக்காட்டுகின்றது. ஆனால் இப்பொழுது மொழி வேறு, வாசகர்கள் வேறு. ஆங்கிலத்தில் எழுதும்போதே அதற்குரிய சிக்கல்கள் உருவாகிவிடுகின்றன. இந்த நூலுக்கு வாசகர்கள் வெளிநாட்டவர்கள். வன்னியைப்பற்றி மட்டுமல்ல, ஈழத்தை பற்றியே அறியாதவர்களாக இருக்கலாம். அதே சமயம் பண்பாட்டைப் பற்றி ஓரளவு தெரிந்த, ஆனால் ஈழத்தில் வளராத, வாழாத இளம் தலைமுறை வாசகர்களாகவும் இருக்கலாம். இந்த மாறுபட்ட நிலமைகளைக் கருத்தில் கொண்டு அ. பாலமனோகரனால் எழுதப்பட்ட சிறந்த நாவலாகவே Bleeding Hearts யை அணுக வேண்டும்.

'நிலக்கிளி'க்கும், Bleeding Heartsஇற்கும் இடையில் அடிப்படையான வேறுபாடு இருப்பதை நாவலின் பெயரில் கண்டு கொள்ளலாம். நிலத்திற்கு அருகில் வாழும் கிளி நாவலில் குறியீடு என்ற முறையில் இயங்குகின்றது. கிராமத்து மக்கள் 'நிலக்கிளி'யைப் போன்று உலக விபரம் தெரியாது வாழ்கின்றார்கள். Bleeding Hearts ஒரு பூவின் பெயர். அதன் பெயரோடு ஒரு கதை. ஒரு பண்பாட்டு ஐதிகம் (mythology) என்ற முறையில் இந்த இரத்தம் சிந்தும் இதயம் போன்ற பூ பன்முகப்பட்ட அர்த்தங்களை உள்வைத்திருக்கும். அர்த்தங்கள் சிலவகைகளில் முரண்பாடானவையாகவும் இருக்கலாம். விடுதலைக்காகத் தன்னை அர்ப்பணித்து இறுதியில் தன்னுடைய

மக்களாலே புறக்கணிக்கப்பட்டுக் கொல்லப்பட்ட ஒரு தலைவனின் கதையைக் கூறுகின்ற மலர் அது. அதே சமயத்தில் யேசுநாதனின் தியாகத்தையும், அவரைக் காட்டிக் கொடுத்த யூதாசின் துரோகத்தையும் சுட்டிக்காட்டுவதாக இந்த பண்பாட்டு ஐதிகம் (mythology) இயங்குகின்றது. எவ்வாறு இத்தகைய தெளிவின்மை அல்லது உத்வேகம் கொள்ள வைக்கும் முரண்பாட்டு உணர்வுகள் (Ambivalence) நாவலுக்குப் பயன்படுகின்றது என்று சிந்திப்பதற்கு கதைக்கரு முக்கியமாகின்றது. ஒருபுறம் தமிழ் ஆணுக்கும், சிங்களப் பெண்ணுக்கும் இடையில் ஏற்படும் உறவு நாவலுக்கு யதார்த்தத்தைக் கொடுக்கின்றது. இதற்கு சமாந்தரமாக வினாசியர் காட்டு எருமையான குழுமாட்டைத் தேடி அடக்கிவிட எடுக்கும் முயற்சி நடைபெறுகின்றது. ஒன்று தேசிய ஐதீகம், மற்றது சமூக ஐதிகம். இரண்டும் தனித்து நிற்கின்றன. ஒருங்கிணைந்தும் நிற்கின்றன.

வினாசியர் காட்டு எருமையைக் கலைப்பது யதார்த்தம் என்று மட்டும் கூற முடியாது. இதில் மாடு யார், மனிதன் யார் என்று துப்பறியும் முயற்சியிலும் வாசகர் என்ற முறையில் ஈடுபட முடியாது. அமெரிக்க நாவலாசிரியர் Herman Melville எழுதிய பிரமாதமான நாவல் Moby Dick மனிதனுக்கும், திமிங்கிலத்திற்கும் இடையில் ஏற்பட்ட போட்டியை வைத்து அமெரிக்காவின் தேசிய mythology இனை உருவாக்குகின்றது. அதே பாங்கில் Ernest Hemingway எழுதிய Old man And The Sea வடிவம் பெறுகின்றது. இதே போன்று தமிழரின் அடையாளத்திற்கும், முயற்சிகளுக்கும் பொருந்தக் கூடிய முறையில் வினாசியருடைய முயற்சி வடிவம் கொள்கிறது. சேனாவும், நந்தாவும் வேறுபாடுகளுக்கும் அப்பால் தமது உறவைப் பேணுவது ஒருமைப்பாட்டிற்குத் தேவையான சமூக ஐதீகம். கிராமங்களில் இவ்வாறு சமய, மொழிப்பிரிவினையைத் தாண்டி மக்கள் வாழ்ந்தார்களா இல்லையா என்பது நாவலுக்கு முக்கியமல்ல. ஆசிரியரின் கற்பனையில் உருவான சமூக ஐதிகம் என்றே இதைக் கொள்ள வேண்டும்.

இந்த இரண்டு உப கதைகளும் வெவ்வேறு திசைகளை நோக்கிச் செல்கின்றன. ஒன்று ஆதிக்கத்தை நிலை நாட்டுகின்றது. மற்றது தனிப்பட்ட வாழ்க்கையை இலட்சியப்படுத்திக் காட்டுகின்றது. முன்னர் எழுதப்பட்ட நிலக்கிளியில் இறுதிப்பக்கங்கள்

எதிர்காலத்தை நம்பிக்கையோடு எதிர் கொள்கின்றன. Bleeding Hearts இல் திட்டவட்டமான முடிவு முன் வைக்கப்படவில்லை. திறந்த வகையில் முன் வைக்கப்பட்ட முடிவு என்று கூறும் வகையில் நாவல் நிறைவு பெறுகின்றது. அதே வன்னிப் பிரதேசத்தை 35 ஆண்டுகளுக்குப் பின்னர் ஆங்கில மொழியூடாகப் பார்க்கும் போது தெளிவான முடிவுகளைக் கூறுவது கடினம். முடிவுகள் இல்லாத நாவலை முன்வைப்பதே ஆசிரியருடைய நோக்கமுமாகும்.

Bleeding Hearts நாவல், இலக்கிய வரலாற்று ரீதியாக நோக்கும்போது அழகியல் சார்ந்த பல முக்கியமான கேள்விகளை எழுப்புகின்றன.. இவ்வாறான கேள்விகளுக்கு இலக்கியத் திறனாய்வில் நிச்சயமாக இடமுண்டு. அண்மைக்கால இலக்கியத்திறனாய்வில் மார்க்சீயக் கோட்பாட்டிற்கு முக்கிய இடமுண்டு. அதற்குத் தேவையும் இருந்ததென்றே கூற வேண்டும். சமூகத் தேவைகளையோ, மனிதப் பிரச்சினைகளையோ புறக்கணிக்கும் இலக்கியம் பொதுவாக நிலைப்பதில்லை. அதே சமயத்தில், சமூக ஈடுபாட்டுக்கும், இலக்கிய யதார்த்தத்திற்கும் உள்ள தொடர்பை மட்டும் மிகைப்படுத்துவதில் அர்த்தமுமில்லை. சங்ககால இலக்கியம் சங்ககால மக்களின் வாழ்க்கையை எங்களுக்கு எடுத்துக்காட்டுகின்றது என்று கூறுவது சிக்கலான விடயம். சங்ககாலப் புலவர்கள் அவர்களுடைய காலத்தைக் கற்பனையில் எவ்வாறு உருவாக்குகின்றனர் என்பதே பொருத்தமான கூற்றாகும்.

அவ்வாறு நோக்கும்போது, Bleeding Hearts வேறொரு பரிமாணத்தைக் காட்டி நிற்கும் நாவல் என்றே கூறவேண்டும். அரசியலையே மையமாகக் கொண்ட சூழலில், இலக்கிய உலகில் வேறொரு இலக்கிய வடிவத்தை இங்கு காண்கின்றோம். ஒட்டுமொத்தமாகப் பார்க்கும்போது இந்த நாவல் முல்லைத்தீவிற்கு அண்மையில் உள்ள பிரதேசத்தை எங்கள் முன் வைக்கின்றது என்பதை மறுக்க முடியாது. அதுவும் 35 ஆண்டுகளுக்கு முன்னர் வாழ்க்கை அரசியல்மயமாக்கப்படுவதற்கு முன்னர் எப்படி இருந்திருக்கலாம் என்பதைச் சித்தரிக்கின்றது. இன்றைய ஈழத்து மக்களுக்கும், புலம்பெயர்ந்த மக்களுக்கும் நுட்பமான வகையில் பேசக்கூடிய நாவல். தனிப்பட்ட ஒருமுகமாகக் கருத்தை மட்டும் கூறாது பல எண்ணங்களை, கற்பனைகளைத் துண்டி விடும்

நாவல். அண்மையில் காலஞ்சென்ற Tina Abeysekera – Brugery Tony Home என்ற அருமையான நாவல் ஒன்றினை எழுதினார். Bleeding Hearts போன்று கிராமத்தை மையமாகக் கொண்ட இந்த நாவல் திடீரெனப் இலக்கிய உலகில் பிரவேசித்ததற்கு காரணமுண்டு.

1960ஆம் ஆண்டளவில் ஆங்கில இலக்கியத்தில் கிராமத்தை மிகைப்படுத்தி, சொர்க்கமாகப் பிரதிபலித்த நாவல்கள் வெளிவந்தன. பின்னர் கிராமத்தை விட்டு நகரத்தை மையமாகக் கொண்டு கிராமத்தைப் புறக்கணித்து நாவல்கள் வெளிவந்தன. இப்பொழுது மீண்டும் கிராமத்திற்குச் சென்று புதிய நோக்கோடு அந்தச் சூழலை முன்வைக்கிறார்களா என்னும் கேள்வி எழுகின்றது. இப்பொழுது உருவாகும் கிராமம் பன்முகப்பட்டது, பல சக்திகளை உள்ளடக்குவது. கருத்தாழம் கொண்டது, யதார்த்தத்திற்கு அப்பாற்பட்டது. அந்தப் பட்டியலில் Bleeding Hearts இற்கு முக்கிய இடமுண்டு. நிலக்கிளி நாவலுக்கும் மறுக்க முடியா இடமுண்டு.

o0o

2009 – காலம் இதழ்

பதிப்பக குழு

பா. சுதர்சன் (பிரித்தானியா)
தயாநிதி (நோர்வே)
பால. சபேசன் (பிரித்தானியா)
எம். பௌசர் (பிரித்தானியா)

நன்றி

ஜெயவீரசிங்கம் கணபதிப்பிள்ளை (முல்லைத்தீவு)

தாமோதரம்பிள்ளை சுதர்சன் (பிரித்தானியா)

ஆசிரியரது ஆக்கங்கள்

- நிலக்கிளி – 1973
- குமாரபுரம் – 1974
- கனவுகள் கலைந்தபோது – 1975
- வண்ணக்கனவுகள் – 1977
- தீபதோரணம் – 1977

- நந்தாவதி – 1986
- தாய்வழித் தாகம் – 1985
- நிலக்கிளி, வட்டம்பூ – 2008

பிறமொழி ஆக்கங்கள்

- டெனிஸ் சிறுகதைத் தொகுதி – 1991
- Bleeding Hearts – ஆங்கிலம் – 2008
- நிலக்கிளி – டெனிஸ் மொழிப்பதிப்பு – 2018
- நிலக்கிளி – ஆங்கிலப்பதிப்பு – 2021